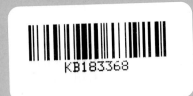

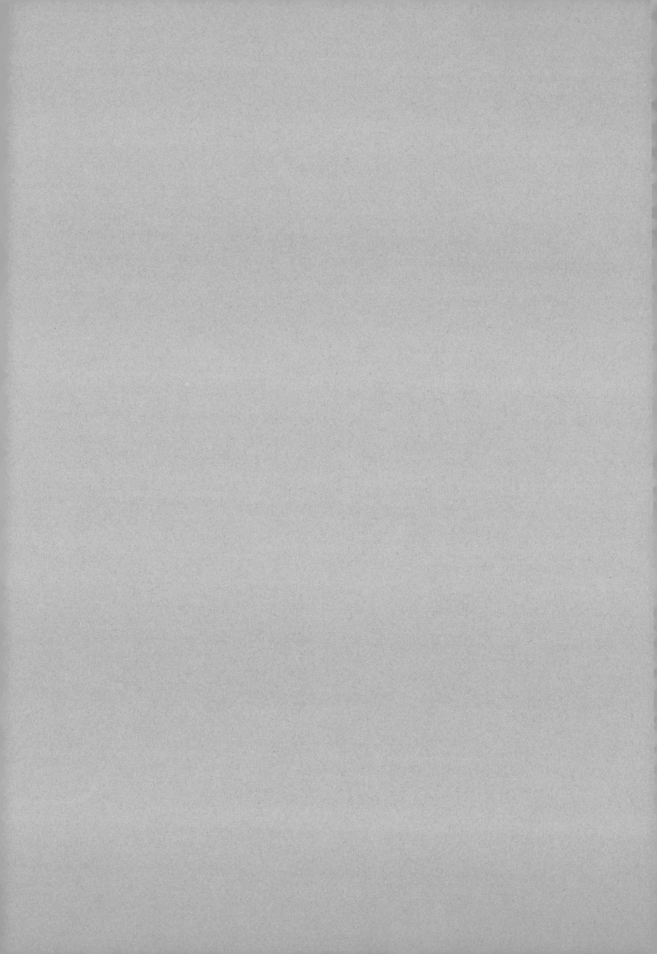

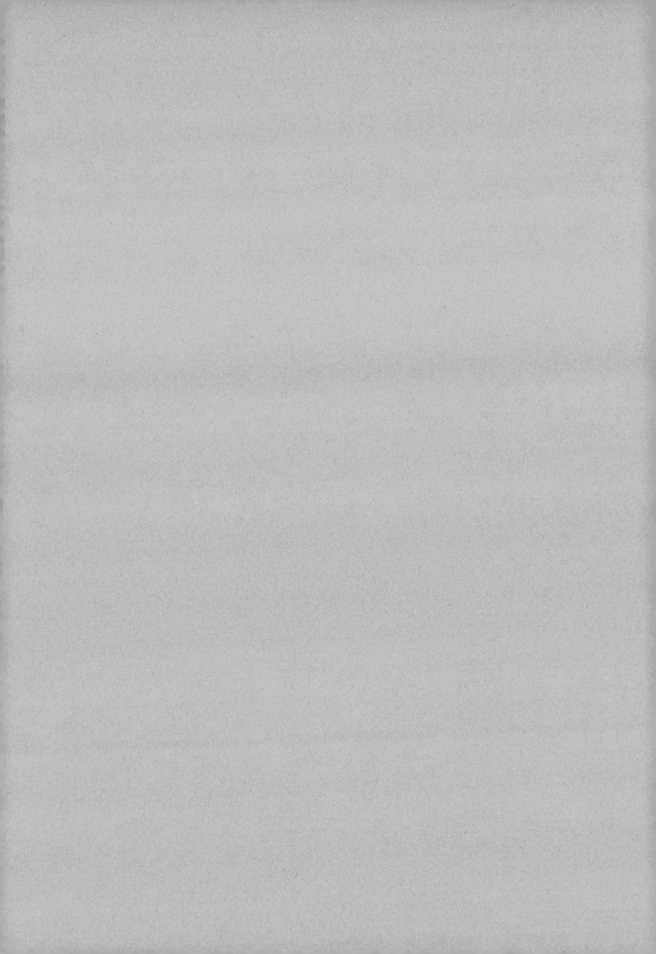

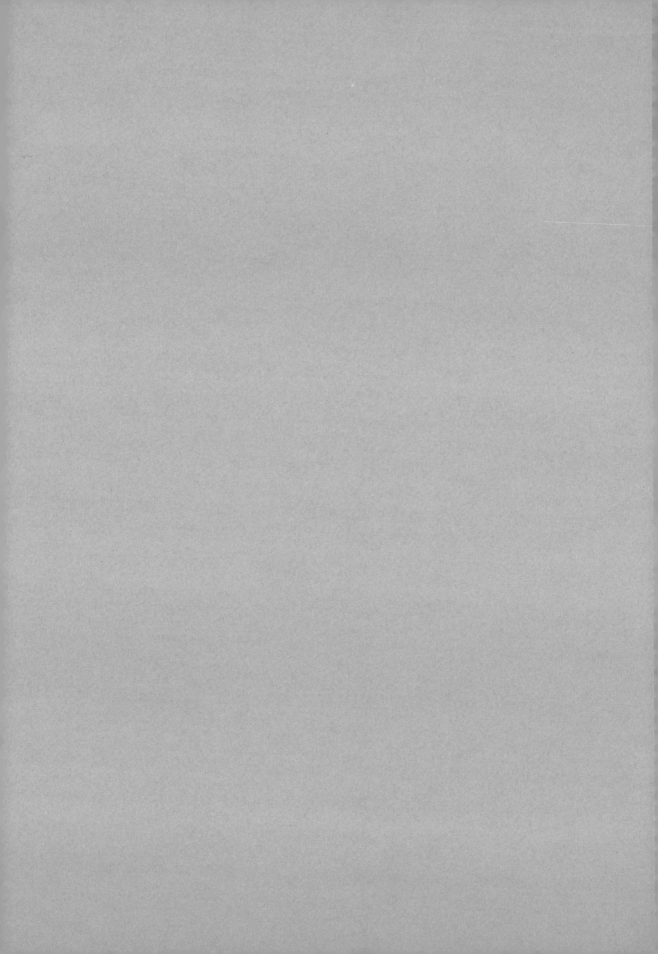

Pag-aaral ng Wikang
Koreano
sa Wikang
Filipino

필리핀어로 배우는

한국어

Pag-aaral ng Wikang Koreano sa Wikang Filipino

필리핀어로 배우는 한국어

moonyelim

Pag-aaral ng Wikang Koreano sa Wikang **Filipino**

필리핀어로 배우는 한국어

개정판 1쇄 인쇄 2024년 3월 10일
개정판 1쇄 발행 2024년 3월 20일

지은이 이기선
펴낸이 서덕일
펴낸곳 도서출판 문예림

기획 서민우 **편집진행 및 교정** 조소영 **본문 및 표지 디자인** 문인주
출력 및 인쇄 천일문화사 **제본** 대흥제책

출판등록 1962년 7월 12일 (제1962-1호)
주소 경기도 파주시 회동길 366 3층 (10881)
전화 (02) 499-1281~2 **팩스** (02) 499-1283
전자우편 info@moonyelim.com
홈페이지 www.moonyelim.com

ISBN 978-89-7482-936-0(13710)
값 20,000원

세계 언어와 문화, **문예림**
언어평등 〈모든 언어는 평등하다〉 디지털과 아날로그 아우르는 어학 콘텐츠
오르비타 〈위대한 작은 첫걸음〉 성인 어학 입문, 파닉스(영유아, 어린이 어학교재)
심포지아 〈세상에 대한 담론과 향연〉 나라와 도시 여행, 역사, 문화 등
파쿨라 〈지성을 밝히는 횃불〉 어문학, 언어학 학술도서

Paunang salita

Higit sa 10 taon na mula noong namuhay at umibig ako sa Pilipinas at naakit sa lengguwaheng Filipino. Dahil dito ay humantong sa akin ang pagpapakasal sa Pilipina, kaya iniisip kong may kakaibang kaugnayan sa Pilipinas ang naunang buhay ko. Pagkakasal namin tumira kami sa Pilipinas nang ilang taon tapos lumipat sa Korea at pinapanood ko ang aking kabiyak na natututo ng wikang Koreano nang sobrang mahirap para umangkop sa buhay ng Korea, kung kaya't naisip kong gumawa ng isang librong pambalarila ng wikang Koreano sa wikang Filipino.

Samantala, sinimulan kong magsulat ng aklat-araling pambalarila ng wikang Filipino para sa mga Koreano at nagpatuloy sa pagsusulat nang paisa-isa, at sa wakas ay nakapagsulat ng aklat-araling pambalarila ng wilkang Koreano para sa mga Pilipino, kaya nagagalak akong natupad ang aking bokasyon sa mga Koreano na nangangailangan ng wikang Filipino at sa mga Pilipino na nangangailangan ng wikang Koreano. Ang librong ito ay isang aklat-aralin na tumatalakay sa balarila para sa mga Pilipinong nais na matuto ng wikang Koreano nang sistematiko. Palagay ko, ang nilalaman ng aklat na ito ay makakatulong para sa mga Pilipinong magsisimulang mag-aral ng wikang Koreano mula sa simula kahit nag-iisa.

Sigurado ako, ang wikang Koreano ay isang wika na gumagamit ng pinaka-orihinal at siyentipikong abakada sa lahat ng abakada sa mundo. Sa madaling salita, ang mga tunog na ginagawa ng lahat ng nilikha ng Diyos ay maaaring ilarawan nang mas magkatulad kaysa sa anumang ibang abakada sa mundo.

Para sa mga Pilipinong natututo ng wikang Koreano na gamit ang aklat na ito, mahihirapan sa una dahil sa hindi pamilyar na istruktura ng wika at pagbigkas, pero habang nagdaragdag ng kaalaman ng wikang Koreano, madaling magugustuhan ang wikang Koreano na may totoong orihinal at pinakapang-agham na Hangeul na malalim.

Inaasahan kong makaaambag ang aklat na ito para maraming Koreano at Pilipino ay makaintindi at makasalita ng wika ng bawat isa, sa ikalilikha nang mas malapit at mas magiliw na relasyon sa pagitan ng dalawang bansa.

Bilang isang manunulat na mahigit 10 taon nang nag-aaral ng wikang Filipino at nagsusulat ng mga aklat-aralin na nagbibigay-daan sa mga mamamayan ng magkabilang bansa na mas madaling makapag-aral ng wika ng ibang bansa, nakaramdam ako ng pagmamalaki at gantimpala sa pagmamasid sa ugnayan ng dalawang bansa na papalapit at umuunlad.

Dagdag pa rito, ang mga opisyal ng depensa ng Pilipinas ay nagpapakita ng malaking pagtitiwala sa mga sandatang militar na ginawa sa Korea dahil ang iba't ibang sandata ng militar may mahusay na pagganap galing sa Korea ay mabilis na lumalago ang kapangyarihan sa pagtatanggol ng bansa sa lahat ng larangan ng army, hukbong-dagat, at hukbong-panghimpapawid. Naniniwala ako na ang kasalukuyang matatag na ugnayang kooperatiba ng militar sa pagitan ng dalawang bansa ay nabuo sa batayan ng pasasalamat at katapatan ng mga Koreano para sa alyansa ng dugo na nagpadala ng 7,500 tropa 70 taon na ang nakakaraan upang itaboy ang armadong probokasyon ng North Korea, bansang komunista, na may suporta ng Tsina at ng dating Unyong Sobyet.

Sa wakas, nais kong pasalamatan si Este, mahal kong kabiyak na Pilipina, na laging nagpapayo para isulat ang librong ito. Ganon din kay Gng. Amelrida Lee bilang kasama sa pag-eeditorya ng aklat na ito.

Bilang karagdagan, idinagdag at binago na ang ilang mga nilalaman na kulang sa unang edisyon.

Disyembere, Taon 2023
Para sa bagong lathala... May-akda.

서문

필리핀과 인연을 맺고 필리핀어의 매력에 빠져 살아온 지 어느새 10년이 훌쩍 지나버렸다. 그 덕분에 아내까지 필리핀 여인으로 맞이하게 되었으니 이 정도면 전생에 필리핀과 남다른 인연이 있었을 것이라는 생각도 든다. 결혼하고 필리핀에서 살다가 한국으로 이주하여 한국 생활에 적응하기 위해 힘들게 한국어를 배우는 아내를 지켜보다가 필리핀어로 된 한국어 문법교재를 만들어야겠다는 생각을 하게 되었다.

그동안 한국인을 위한 필리핀어 문법교재부터 시작해서 한 권씩 써 오다가 마침내 필리핀인을 위한 한국어 교재까지 쓰게 되었으니, 이 정도면 필리핀어 학습이 필요한 한국인들 그리고 한국어 학습이 필요한 필리핀인들에게 내 나름대로의 소명을 다하지 않았는가 하는 자부심도 생긴다. 본 교재는 순수하게 한국어를 체계적으로 배우고 싶어 하는 필리핀인들을 위한 문법 위주의 교재다. 이 정도의 내용이라면 필리핀인 혼자서라도 충분히 한국어를 기초부터 공부할 수 있을 것이라고 생각한다.

한국어는 전 세계의 모든 문자들 중에서 가장 독창적이고 과학적인 문자를 사용하는 언어라고 장담한다. 다시 말하면, 신에 의해 창조된 모든 우주만물들이 만들어 내는 소리를 지구상의 어느 문자보다 비슷하게 표기할 수 있다는 뜻이다.

처음 한국어를 배우는 필리핀인들에게는 생소한 언어구조와 발음 때문에 많이 힘들겠지만, 본 교재로 조금씩 한국어를 이해하다 보면 한국어의 심오함에 쉽게 빠져들 것이다. 더욱 많은 한국인들과 필리핀인들이 서로의 언어를 이해하고 사용하여 두 국가 사이에 더욱 긴밀하고 우정 넘치는 관계를 만들어 가는 데 본 교재가 기여해 주기를 소망한다.

10여년 이상에 걸쳐서 필리핀어를 연구하고 양국 국민들이 좀 더 쉽게 상대국가의 언어를 공부할 수 있는 교재를 집필하는 필자의 입장에서는 더욱 가까워져 가고, 발전해가는 양국 관계를 바라보면서 뿌듯한 보람을 느낀다.

또한, 한국에서 생산된 우수한 성능의 다양한 군사무기가 필리핀 육해공군 모든 분야에서 국방력을 급성장시키고 있기 때문에 필리핀 국방 관계자들은 한국산 군사무기에 대하여 대단한 신뢰를 보여주고 있다. 현재의 굳건한 양국간의 군사협력관계는, 70년전 7500여 명의 병력을 파병하여 중국과 구소련연방의 후원을 받아 침략해 오는 공산국가인 북한의 무력도발을 격퇴하기 위해 함께 싸워준 혈맹에 대하여 한국 국민의 감사하는 마음과 정성을 바탕으로 형성되었다고 생각한다.

끝으로 본 교재를 집필하는 데 항상 곁에서 조언을 아끼지 않았던 나의 사랑하는 필리핀 아내, Este와 감수를 맡아 준 Amelrida Lee 여사에게 감사한다. 그리고 초판에서 부족했던 내용이 다수 보완되었음을 첨언한다.

2023년 12월, 개정판에 즈음하여... 저자 씀.

Kasaysayan at Katangian ng Hangeul-abakada

Ang wikang Koreano ay tinatawag bilang Hangugeo(한국어) at ang mga titik ng wikang Koreano ay tinatawag bilang Hangeul(한글). Ang Hangeul-abakada ay nilikha noong taong 1443(ika-26 na taon ng Sejong) ni Dakilang Hari Sejong(세종대왕) bilang ika-4 Hari ng Choson Dynasty at noong Setyembre 1446, ang Hangeul, batay sa isang bagong alpabetikong sistema, ay ipinahayag bilang opisyal na pambansang titik sa pamamagitan ng aklat na pinamagatang "Hunminjeongeum(Ang Letra ng wikang Koreano)".

Bago ang paglikha ng Hangeul-abakada, hindi lamang ang lahat ng pambansang talaan ngunit pati na rin ang personal na sulatin ay isinulat sa titik ng Tsino na tinatawag ng Hanja(한자). Sa oras na iyon, dahil hindi sila maaaring maging intelektwal o opisyal ng gobyerno kung hindi alam ang titik ng Tsino, kaya ang mga anak ng pamilya ng mataas na uri ay gumugol ng lahat ng kanilang kabataan sa pag-aaral ng titik ng Tsino at literatura ng Tsina mula sa maagang edad. Samakatuwid, halos imposible para sa mga anak ng mababang uri ng pamilya na makakuha ng kaalaman sa pamamagitan ng akademikong pag-aaral.

Dahil sa katangian na ang titik ng Hanja ay abakadang-salita na may sariling kahulugan, ang isang abakada ay parehong solong titik at isang sariling salita nang sabay. Ang bilang ng mga titik na Tsino ay inanunsyo kamakailan sa 53,000, kaya higit sa 30,000 ang maaaring tantyahin para sa oras na iyon. Isinasaalang-alang na ang bilang ng mga abakada na ito ay lampas sa kakayahan ng tao na alamin nang husto, kaya maaari nating hulaan kung gaano kahirap ang pag-aaral ng mga titik ng Tsina at literatura ng Tsino.

Personal na lumikha ang Dakilang Hari Sejong ng 28 abakada sa pamamagitan ng kanyang henyo, batay sa diwa ng pagmamahal sa mga tao upang maalis ang mga paghihirap ng mga karaniwang tao na nagdurusa mula sa mga epekto ng kamangmangan dahil hindi nila natutunan ang Hanja. Ang bagong abakadang sistemang ito ay hindi lamang ang pinakaorihinal at pinakasiyentipiko sa kasaysayan ng mga abakada ng mundo, ngunit ito ay naglalahad din ng kaselanan tungkol sa pagbuo ng sansinukob. Ito rin ang tanging abakada na may talaan ng lahat ng mga hakbang ng paglikha mula sa simula. Ang pinakasiyentipikong abakada ay nangangahulugan na ang lahat ng mga tunog mula sa lahat ng nilalang kasama ang tao at lahat ng kalikasan ay maaaring maitala na mas katulad kaysa sa anumang iba pang mga abakada sa mundo.

Ang mga katinig ay binubuo ng mga istruktura ng labi, ngipin, dila, at lalamunan na nauugnay sa boses ng tao, at ang mga patinig ay binubuo ng kumbinasyon ng tatlong elemento ng sansinukob na langit, lupa at tao sa pagitan nila. Apat sa unang 28 abakada ay naglaho na, kaya 24 na abakada(14 katinig at 10 patinig) ang kasalukuyang ginagamit bilang saligang abakada sa Hangeul.

한글자모의 역사와 특성

한국의 언어를 한국어라 하고 한국어에 사용되는 문자를 한글이라고 한다. 한글에 사용되는 자모는 1443년(세종 26년), 조선왕조의 제4대 임금, 세종대왕에 의해 창제되었고, 1446년 9월 새로운 자모체계의 한글을 훈민정음이라는 제목의 책을 통하여 국가의 공식적인 문자로 반포하였다.

한글 문자가 반포되기 이전에는 국가의 모든 기록물뿐만 아니라 개인 서신까지도 중국의 문자인 한자가 사용되었다. 당시에는 한자를 모르면 지식인이나 정부의 관리가 될 수 없었기 때문에 양반계급의 자제는 어릴 때부터 한자와 한문을 배우느라 젊은 시간을 전부 허비하는 형국이었다. 따라서 하층계급의 자제들에게 삶에 유용한 지식을 쌓기 위한 체계적인 학문의 공부는 엄두조차 내기 어려웠다.

한자의 한 글자는 하나의 알파벳이면서 동시에 고유의 의미를 갖는 독립된 단어다. 최근 중국 한자의 숫자가 53,000여 개로 발표된 것으로 보아, 당시에도 최소 30,000개는 넘었을 것으로 추측할 수 있다. 이 알파벳의 숫자가 인간의 능력으로서는 모두 숙지할 수 없는 양이라는 것을 고려하면 한자와 한문 공부의 고초가 얼마나 컸을지 짐작할 수 있다.

세종대왕은 한자를 배우지 못해 문맹의 폐해에 시달리는 다수의 평민이 겪는 어려움을 없애기 위해 애민정신을 바탕으로 한 천재성을 발휘하여 28자의 자모를 몸소 창제하였다. 이 새로운 자모체계는 세계 알파벳 역사상 가장 독창적이고 과학적일 뿐만 아니라 우주의 형성에 대한 미묘함도 보여 준다. 또한, 자모를 창안해가는 단계가 시작부터 고스란히 기록되어 있는 유일한 알파벳이다. 가장 과학적인 자모라는 의미는 인간을 포함한 모든 피조물의 소리와 형태를 어느 문자보다 더 유사하게 기록할 수 있다는 뜻이기도 하다.

자음은 인간의 발성과 관계되는 입술, 치아, 혀, 목구멍의 구조로부터 만들어졌고, 모음은 하늘과 땅, 그 사이에 있는 인간이라는 3개 요소를 조합하여 만들어졌다.

최초의 28개 자모 중 4개는 소멸하고 현재 24개의 자모(자음 14개, 모음 10개)가 한글의 기본 자모로 사용되고 있다.

Nilalaman(목차)

Paunang salita(서문)   5

Kasaysayan at Katangian ng Hangeul-abakada
(한글자모의 역사와 특성)   8

SEKSYON **01**   Abakada at bigkas
(자모와 발음)   14

SEKSYON **02**   Mga panuntunan para sa pagbabasa ng salita
(단어 읽기 규칙)   24

SEKSYON **03**   Pang-araw-araw na idyomatikong pangungusap
(일상 관용표현)   30

SEKSYON **04**   Balangkas ng pangungusap
(문장의 구성)   35

SEKSYON **05**   Mga Panuntunan para sa pagsusulat ng Hangeul
(한글 쓰기 규칙)   44

SEKSYON **06**   Panghalip
(대명사)   49

SEKSYON **07**   Panahunan ng salitang-may-deklinasyon
at PP-pampanaguri (용언과 서술격조사의 시제)   54

SEKSYON **08**   Pagpapapahayag na walang-galang
at pagpahayag na magalang (낮춤표현과 높임표현)   62

SEKSYON **09**   Pagbubukod ng pangungusap
(문장의 분류)   73

SEKSYON **10**   Pangungusap na patanggi
(부정문)   86

SEKSYON **11**   Pamilang
(수사)   94

SEKSYON **12**   Petsa at oras
(날짜와 시간)   102

SEKSYON **13**   Paunang-pangngalan
(관형사)   111

SEKSYON **14** Pangngalan
(명사)   118

SEKSYON **15** Postposisyon
(PP: 조사)   132

SEKSYON **16** Salitang-may-deklinasyon I(Pandiwa)
(용언 Ⅰ: 동사)   148

SEKSYON **17** Salitang-may-deklinasyon II(Pang-uri)
(용언 Ⅱ: 형용사)   162

SEKSYON **18** Pang-abay
(부사)   176

SEKSYON **19** Tinig na pabalintiyak
(수동태)   190

SEKSYON **20** Kausatibang pangungusap
(사동문)   198

SEKSYON **21** Pagbabago ng 어미 para sa 용언 I
(용언의 어미변화 Ⅰ)   208

SEKSYON **22** Pagbabago ng 어미 para sa 용언 II
(용언의 어미변화 Ⅱ)   216

SEKSYON **23** Mga kapaki-pakinabang na Pagpapahayag I
(유용한 표현들 Ⅰ)   226

SEKSYON **24** Mga kapaki-pakinabang na Pagpapahayag II
(유용한 표현들 Ⅱ)   237

Apendiks: Mga katawagang pambalarila
(문법 용어)   247

Pag-aaral ng Wikang
Koreano
sa Wikang
Filipino

필리핀어로 배우는
한국어

01

Abakada at Bigkas
(자모와 발음)

1 Saligang abakada ng Hangeul

Katinig[Pagbabasa]		Patinig[Pagbabasa]	
ㄱ	[giyeok]	ㅏ	[a]
ㄴ	[nieun]	ㅑ	[ya]
ㄷ	[digeut]	ㅓ	[eo]
ㄹ	[rieul]	ㅕ	[yeo]
ㅁ	[mieum]	ㅗ	[o]
ㅂ	[bieup]	ㅛ	[yo]
ㅅ	[siot]	ㅜ	[u]
ㅇ	[ieung]	ㅠ	[yu]
ㅈ	[jieut]	ㅡ	[eu]
ㅊ	[chieut]	ㅣ	[i]
ㅋ	[kieuk]		
ㅌ	[tieut]		
ㅍ	[pieup]		
ㅎ	[hieut]		

• abakada: 알파벳[alpabet], 자모[jamo]
• bigkas: 발음[bareum]
• katinig: 자음[jaeum]
• patinig: 모음[moeum]
• pagbabasa: 읽기[ilkki]
• titik: 문자[munjja], 글자[geuljja]

* Ang pagbigkas sa loob ng [ ] ay gumagamit ng notasyong Ingles.

(1) **Tandaan 1**

Ang mga katinig ay pinaghahati-hati ayon sa pasimula ng tunog galing sa iba't ibang bahagi ng bibig.

① **Tunog galing sa bagang(아음[aeum]): ㄱ, ㅋ**

② **Tunog galing sa dila(설음[seoreum]): ㄴ, ㄷ, ㄹ, ㅌ**

③ **Tunog galing sa mga labi(순음[suneum]): ㅁ, ㅂ, ㅍ**

④ **Tunog galing sa mga ngipin sa unahan(치음[chieum]): ㅅ, ㅈ, ㅊ**

⑤ **Tunog galing sa lalamunan(후음[hueum]): ㅇ, ㅎ**

(2) **Tandaan 2**

Ang mga patinig ay pinaghahati-hati batay sa katangian.

① **Positibo: ㅏ, ㅑ, ㅗ, ㅛ**

② **Negatibo: ㅓ, ㅕ, ㅜ, ㅠ, ㅡ**

③ **Neutral: ㅣ**

(3) **Tandaan 3**

Isang titik ng 한글 na isang pantig(음절) ay binubuo tulad ng sumusunod na dalawang paraan.

① **Unang tunog(katinig) + Huling tunog(patinig)**

② **Unang tunog(katinig) + Panggitnang tunog(patinig) + Huling tunog(katinig)**

  *Ang katinig na ginagamit sa huling tunog ay tinatawag ng panghuling katinig(받침자음[batchimjaeum]).

  *Ang katinig na ginagamit sa unang tunog ay tinatawag ng pangunang katinig.

  *Pag ang "ㅇ" ay ginagamit bilang unang katinig sa pantig, ang tawag nitong pantig ay panggitnang patinig(중간모음[jungganmoeum]).

2 Pagsasama ng patinig at katinig para sa mga saligang pantig

	ㅏ	ㅑ	ㅓ	ㅕ	ㅗ	ㅛ	ㅜ	ㅠ	ㅡ	ㅣ
ㄱ	가 [ga]	갸 [gya]	거 [geo]	겨 [gyeo]	고 [go]	교 [gyo]	구 [gu]	규 [gyu]	그 [geu]	기 [gi]
ㄴ	나 [na]	냐 [nya]	너 [neo]	녀 [nyeo]	노 [no]	뇨 [nyo]	누 [nu]	뉴 [nyu]	느 [neu]	니 [ni]
ㄷ	다 [da]	댜 [dya]	더 [deo]	뎌 [dyeo]	도 [do]	됴 [dyo]	두 [du]	듀 [dyu]	드 [deu]	디 [di]
ㄹ	라 [ra]	랴 [rya]	러 [reo]	려 [ryeo]	로 [ro]	료 [ryo]	루 [ru]	류 [ryu]	르 [reu]	리 [ri]
ㅁ	마 [ma]	먀 [mya]	머 [meo]	며 [myeo]	모 [mo]	묘 [myo]	무 [mu]	뮤 [myu]	므 [meu]	미 [mi]
ㅂ	바 [ba]	뱌 [bya]	버 [beo]	벼 [byeo]	보 [bo]	뵤 [byo]	부 [bu]	뷰 [byu]	브 [beu]	비 [bi]
ㅅ	사 [sa]	샤 [sya]	서 [seo]	셔 [syeo]	소 [so]	쇼 [syo]	수 [su]	슈 [syu]	스 [seu]	시 [si]
ㅇ	아 [a]	야 [ya]	어 [eo]	여 [yeo]	오 [o]	요 [yo]	우 [u]	유 [yu]	으 [eu]	이 [i]
ㅈ	자 [ja]	쟈 [jya]	저 [jeo]	져 [jyeo]	조 [jo]	죠 [jyo]	주 [ju]	쥬 [jyu]	즈 [jeu]	지 [ji]
ㅊ	차 [cha]	챠 [chya]	처 [cheo]	쳐 [chyeo]	초 [cho]	쵸 [chyo]	추 [chu]	츄 [chyu]	츠 [cheu]	치 [chi]
ㅋ	카 [ka]	캬 [kya]	커 [keo]	켜 [kyeo]	코 [ko]	쿄 [kyo]	쿠 [ku]	큐 [kyu]	크 [keu]	키 [ki]
ㅌ	타 [ta]	탸 [tya]	터 [teo]	텨 [tyeo]	토 [to]	툐 [tyo]	투 [tu]	튜 [tyu]	트 [teu]	티 [ti]
ㅍ	파 [pa]	퍄 [pya]	퍼 [peo]	펴 [pyeo]	포 [po]	표 [pyo]	푸 [pu]	퓨 [pyu]	프 [peu]	피 [pi]
ㅎ	하 [ha]	햐 [hya]	허 [heo]	혀 [hyeo]	호 [ho]	효 [hyo]	후 [hu]	휴 [hyu]	흐 [heu]	히 [hi]

• Napakahalaga ang pagsasanay ng pagbigkas ng mga pangunahing pantig na ito nang paulit-ulit tulad ng pag-alaala sa mga alpabetong Ingles nang nagsimula kayong matuto ng wikang Ingles sa unang pagkakataon sa paaralan.

(1) 모음

Pagbubukud-bukod 구분[gubun]	모음	발음	Halimbawa 예[ye]
Tanging Patinig 단모음[1] [danmoeum]	ㅏ	a	아버지[abeoji]: ama
	ㅑ	ya	야구[yagu]: beysbol
	ㅓ	eo	어머니[eomeoni]: ina
	ㅕ	yeo	여행[yeohaeng]: paglalakbay
	ㅗ	o	오리[ori]: bibi
	ㅛ	yo	요리[yori]: pagluluto, pagkain
	ㅜ	u	우산[usan]: payong
	ㅠ	yu	유치원[yuchiwon]: kindergarten
	ㅡ	eu	으깨다[eukkaeda]: magdurog
	ㅣ	i	이발소[ibalso]: pagupitan
Dobleng Patinig 이중모음[2] [ijungmoeum]	ㅐ(ㅏ + ㅣ)	ae	애국가[aegukka]: pambansang awit
	ㅔ(ㅓ + ㅣ)	e	에너지[eneoji]: lakas
	ㅚ(ㅗ + ㅣ)	oe	외국[oeguk]: ibang bansa
	ㅟ(ㅜ + ㅣ)	wi	위험[wiheom]: panganib
	ㅒ(ㅑ + ㅣ)	yae	얘기[yaegi]: kuwento * Pinaikling salita ng "이야기"
	ㅖ(ㅕ + ㅣ)	ye	예절[yejeol]: magandang kaugalian
	ㅢ(ㅡ + ㅣ)[3]	eui, i	의사[euisa]: doktor 희망[himang]: pag-asa, 무늬[muni]: dibuho
	ㅘ(ㅗ + ㅏ)	wa	과일[gwail]: prutas
	ㅙ(ㅗ + ㅐ)	wae	괭이[gwaengi]: asarol
	ㅝ(ㅜ + ㅓ)	wo	원숭이[wonsungi]: unggoy
	ㅞ(ㅜ + ㅔ)	we	궤도[gwedo]: riles

> **Tandaan**
>
> [1] 단모음 ay walang pagbabago sa hugis ng labi o sa lagay ng dila habang binibigkas.
>
> [2] 이중모음 ay may pagbabago sa hugis ng labi o sa lagay ng dila habang binibigkas.
>
> [3] Ang "ㅢ" ay binibigkas ng [i] na tanging patinig pag ang katinig ng unang tunog ay hindi "ㅇ".

(2) 자음

구분	자음	발음	예
Tanging Katinig 단자음 [danjaeum]	ㄱ	g, k	국[guk]: sabaw
	ㄴ	n	나비[nabi]: paruparo
	ㄷ	d, t	돼지[dwaeji]: baboy, 곧[got]: agad
	ㄹ	r, l	라디오[radio]: radyo, 골짜기[goljjagi]: bangin
	ㅁ	m	말[mal]: kabayo, salita
	ㅂ	b, p	밥[bap]: kanin
	ㅅ	s, t	사랑[sarang]: pag-ibig, 붓[but]: sipilyo sa pagsulat
	ㅇ	-, ng	아이[ai]: anak, 양말[yangmal]: medyas
	ㅈ	j, t	자유[jayu]: kalayaan, 잦다[jatdda]: madalas
	ㅊ	ch, t	창문[changmun]: bintana, 숯[sut]: uling
	ㅋ	k	콩나물[kongnamul]: toge
	ㅌ	t	태양[taeyang]: araw
	ㅍ	p	팔다[palda]: magbenta
	ㅎ	h	ㅎ(히읗): [hieut]
Kambal na Katinig 쌍자음 [ssangjaeum]	ㄲ	kk	꽃[kkot]: bulaklak
	ㄸ	dd	땀[ddam]: pawis
	ㅃ	bb	아빠[abba]: Itay, 오빠[obba]: kuya
	ㅆ	ss	싸움[ssaum]: away
	ㅉ	jj	짜다[jjada]: maalat
Panghuling Dobleng Katinig 겹받침 [gyeopbatchim] *Ginagamit sa panghuling katinig lang.	ㄳ	k	넋[neok]: kaluluwa
	ㄵ	n	앉다[andda]: umupo
	ㄶ	n	많다[manta]: marami
	ㄺ	k	닭[dak]: manok
	ㄻ	m	굶다[gumdda]: magutom
	ㄼ	l	넓다[neoldda]: malapad, maluwang
		p	밟다[bapdda]: tapakan
	ㄽ	l	외곬[oegol]: tanging daan/paraan
	ㄾ	l	핥다[haldda]: dilaan
	ㄿ	p	읊다[eupdda]: bumigkas
	ㅀ	l	싫다[silta]: ayaw
	ㅄ	p	값[gap]: halaga

Binibigkas ng ikalawang katinig mula sa dobleng katinig.

19

* Ang pagbabasa ng 쌍자음

- ㄲ: 쌍기역[ssanggiyeok]
- ㄸ: 쌍디귿[ssangdigeut]
- ㅃ: 쌍비읍[ssangbieup]
- ㅆ: 쌍시옷[ssangsiot]
- ㅉ: 쌍지읒[ssangjieut]

* Sa Hangeul-abakada, ang lahat ng patinig ay ginawa ng panginginig ng leteng na pantinig(vocal cords) na tinatawag bilang tunog na pantinig. Apat sa mga katinig(ㄴ, ㅁ, ㄹ, ㅇ) ay tunog na pantinig at ang natitirang sampu ay ginagawa na walang panginginig ng leteng na pantinig.

- tunog na pantinig: 유성음[yuseongeum]
- katinig na pantinig: 유성자음[yuseongjaeum]
- tunog na di-pantinig: 무성음[museongeum]
- katinig na di-pantinig: 무성자음[museongjaeum]

* Ang mga katinig ay pinaghahati-hati sa tatlong grupo maliban sa katinig galing sa ilong(ㄴ, ㅁ, ㅇ) at mapagkiskis na katinig(ㅎ) na walang boses.

- Karaniwang tunog(평음[pyeongeum]): ㄱ, ㄷ, ㅂ, ㅅ, ㅈ
- Makapal na tunog(경음[gyeongeum]): ㄲ, ㄸ, ㅃ, ㅆ, ㅉ
- Paos na tunog(격음[gyeogeum]): ㅊ, ㅋ, ㅌ, ㅍ

* Paggamit ng katinig

- Ang mga 겹받침 ay hindi puwedeng ginagamit para sa unang katinig ng pantig.
- Lahat na katinig kundi "ㄸ", "ㅃ" at "ㅉ" ay ginagamit bilang panghuling katinig ng pantig.
- Ang bigkas ng panghuling katinig sa isang pantig ay isa sa "ㄱ[k]", "ㄴ[n]", "ㄷ[t]", "ㄹ[l]", "ㅁ[m]", "ㅂ[p]" at "ㅇ[ng]".

> Tandaan
>
> 단어[daneo]: 낱말[nanmal]: salita
> 음절[eumjeol]: pantig
> 중간모음[jungganmoeum]: panggitnang patinig
> 받침자음[batchimjaeum]: panghuling katinig
> 문장[munjang]: pangungusap
> 한국어[hanggugeo],한국말[hanggungmal] : wikang Koreano
> 필리핀[pilipin]: Pilipinas
> 필리핀어[pilipineo]: wikang Filipino
> 준말[junmal]: pinaikling salita
> 본딧말[bondinmal]: orihinal na salita
> 자모[jamo]: Hangeul-abakada

(3) Pagkakasunud-sunod ng hagod ng 자모

① 모음

② 자음

ㄱ①

ㄴ→①

ㄷ①②

ㄹ①②③

ㅁ①②③

ㅂ①③②④

ㅅ①②

ㅇ①

ㅈ①②③

ㅊ①②③④

ㅋ②①

ㅌ①③②

ㅍ②①③④

ㅎ①②③

(4) Pagkakasunud-sunod ng 자모 sa isang 음절

Halimbawa: "타", "옴", "값" at "뚫"

타	ㅌ	타		
옴	○	오	옴	
값	ㄱ	가	갑	값
뚫	ㄸ	뚜	뚤	뚫

Mga Panuntunan para sa Pagbabasa ng Salita
(단어 읽기 규칙)

Bago magbasa ng Koreanong pangungusap, kailangang malaman ang mga panuntunan ng pagbabasa ng salita.

1 Pagkakasangkot ng 받침자음 sa "ㅇ": 연음법칙[yeoneumbeopchik]

Kapag ang isang pantig na may 받침자음 ay sinusundan ng pantig na may "ㅇ(panggitnang patinig)" bilang unang katinig, ang bigkas ng 받침자음 ay maging unang tunog ng sumusunod na pantig.

예	읽기(Pagbabasa)	뜻(Kahulugan)
언어	[eoneo] → 어너	lengguwahe
음악	[eumak] → 으막	musika
한국어	[hanggugeo] → 항구거	wikang Koreano
부엌에	[bueoke] → 부어케	sa kusina
마음에	[maeume] → 마으메	sa isip
먹어라.	[meogeora] → 머거라.	Kumain ka.
문어	[muneo] → 무너	oktopus

* kahulugan: 뜻[ddeut], 의미[euimi]

2 Niyutralidad ng bigkas ng 받침자음: 중화법칙[junghwabeopchik]

Ang mga sumusunod na 받침자음 ay binibigkas ng isa sa "ㅋ[k]", "ㅌ[t]" at "ㅍ[p]" na glottal stops para sa pantig.

받침자음	발음	예
ㄱ, ㅋ, ㄲ, ㄳ, ㄺ	ㅋ[k]	먹다[meokdda: 먹따]: kumain, 부엌[bueok: 부억]: kusina, 밖[bak: 박]: labas, 넋[neok: 넉]: kaluluwa, 닭[dak: 닥]: manok
ㄷ, ㅅ, ㅆ, ㅈ, ㅊ, ㅌ, ㅎ	ㅌ[t]	듣다[deutdda: 듣따]: makinig, 맛[mat: 맏]: lasa, 갔다[gatdda: 갇따]: pumunta na, 젖다[jeotdda: 젇따]: mabasa, 꽃[kkot: 꼳]: bulaklak, 솥[sot: 솓]: kaldero, 히읗[hieut: 히읃]: ㅎ
ㅂ, ㅍ	ㅍ[p]	밥[bap: 밥]: kanin, 숲[sup: 숩]: gubat

Nasalisasyon: 비음화[bieumhwa]

(1) Nasalisasyon ng 받침자음

Ang iba't ibang 받침자음 ay binibigkas ng katinig ng ilong(ㄴ, ㅁ, ㅇ) sa harap ng unang katinig na "ㄴ", "ㅁ" at "ㅇ" ng sumusunod na pantig.

비음화	예
ㄱ, ㅋ → ㅇ	한국말[hangungmal: 한궁말]: wikang Koreano 학년[hangnyeon: 항년]: grado ng paaralan 부엌문[bueongmun: 부엉문]: pinto ng kusina 막내[mangnae: 망내]: bunso
ㄷ, ㅌ → ㄴ	믿는다.[minneunda: 민는다]: nagtitiwala. 밭만[banman: 반만]: sakahan lang 낱말[nanmal: 난말]: salita
ㅂ, ㅍ → ㅁ	갑니다.[gamnida: 감니다]: Pupunta po.
ㅅ, ㅈ, ㅊ, ㅆ → ㄴ	솟는[sonneun: 손는]: sumisikat 젖는[jeonneun: 전는]: bumabasa 꽃만[kkonman: 꼰만]: bulaklak lang 꽃나무[kkonnamu: 꼰나무]: puno ng bulaklak 있는[inneun: 인는]: mayroon
ㅎ → ㄴ	놓는[nonneun: 논는]: inilalagay

(2) Nasalisasyon ng "ㄹ" sa "ㄴ"

Ang unang katinig(ㄹ) ng pantig ay binibigkas ng "ㄴ" pag nasa likod ng pantig na may 받침자음 maliban sa katinig "ㄴ" at "ㄹ".

예	읽기	뜻
항로	[hangno: 항노]	ruta ng layag
독립	[dongnip: 동닙]	pagsasarili
심리	[simni: 심니]	sikolohiya
정류장	[jeongnyujang: 정뉴장]	himpilan, istasyon
염려	[yeomnyeo: 염녀]	alalahanin
대학로	[daehangno: 대항노]	kalsada sa mga unibersidad
국립묘지	[gungnimmyoji: 궁님묘지]	pambansang sementeryo

4 **Pagkapal ng bigkas: 경음화[gyeongeumhwa]**

Ang unang katinig ng pantig ay binibigkas nang makapal sa likod ng pantig na may 받침자음 maliban sa katinig na "ㄴ", "ㄹ", "ㅇ" at "ㅎ".

예	읽기	뜻
먹다	[meokdda: 먹따]	kumain
꽃밭	[kkotbbat: 꼳빧]	halamanan ng bulaklak
학생	[hakssaeng: 학쌩]	estudyante
갚다	[gapdda: 갑따]	magbayad
앉다	[andda: 안따]	umupo
씻다	[ssitdda: 씯따]	maghugas, maligo
아무것도	[amugeotddo: 아무걷또]	kahit ano
젊다	[jeomdda: 점따]	bata
검다	[geomdda: 검따]	maitim
넓고 짧다	[neolkko jjaldda: 널꼬 짤따]	maluwag at maiksi
학교	[hakkkyo: 학꾜]	paaralan, iskuwelahan

 5 **Pagpaos ng bigkas: 격음화[gyeogeumhwa]**

Ang nauna o sumusunod na katinig na "ㅎ" ay pinaghahalo sa karaniwang katinig(ㄱ, ㄷ, ㅂ, ㅈ) at binibigkas nang paos(ㅋ, ㅌ, ㅍ, ㅊ).

예	읽기	뜻
많다	[manta: 만타]	marami
국화	[gukwa: 구콰]	pambansang bulaklak, chrysanthemum
입학	[ipak: 이팍]	pagpasok sa eskuwelahan
놓다	[nota: 노타]	ilagay
앉히다	[anchida: 안치다]	paupuin
맏형	[matyeong: 마텽]	pinakamatandang kapatid na lalaki
좋다	[jota: 조타]	mabuti

Pagbago ng bigkas sa ngalangala: 구개음화[gugaeeumhwa]

Ang sumusunod na pantig "이" o "히" ay binibigkas ng "지" o "치" kung ang nauunang pantig ay may 받침자음 ng "ㄷ" o "ㅌ".

예	발음	뜻
같이	[gachi: 가치]	kasama
해돋이	[haedoji: 해도지]	pagsikat ng araw
굳이	[guji: 구지]	nang matatag
굳히다	[guchida: 구치다]	magpatigas
맏이	[maji: 마지]	panganay

Pagtanggal ng "ㅎ": "ㅎ" 탈락[hieuttallak]

Ang pagbigkas ng ㅎ-받침자음 ay tinatanggal kapag ang sumusunod na pantig ay mayroong panggitnang patinig(중간모음).

예	발음	뜻
좋아요.	[joayo: 조아요]	Mabuti po.
많아요.	[manayo: 마나요]	Marami po.
좋은	[joeun: 조은]	mabuti (Paunang-pangngalang-uri)
많은	[maneun: 마는]	marami (Paunang-pangngalang-uri)

8 Pagbigkas ng unang katinig: 두음법칙[dueumbeopchik]

Ang "ㄴ" at "ㄹ" ay hindi maaaring gamitin sa unang katinig ng unang pantig. Ang "ㅇ" ay ginagamit sa halip.

예	뜻
녀자 → 여자[yeoja]	babae
년말 → 연말[yeonmal]	katapusan ng taon
료리 → 요리[yori]	pagluluto
닉명 → 익명[ikmyeong]	sagisag
리유 → 이유[iyu]	dahilan

○ Ang panuntunang ito ay hindi inaaplay sa mga salitang pinanggalingan ng ibang wika kundi wikang Intsik na sinusulat sa letrang Koreano.

- 라면[ramyeon]: ramen
- 라디오[radio]: radyo
- 라틴[ratin]: Latin

Pang-araw-araw na Idyomatikong Pangungusap
(일상 관용표현)

Alamin natin muna ang pang-araw-araw na idyomatikong pagpapahayag sa seksyong ito upang magsanay ng pagbabasa ng Koreanong pangungusap at dagdagan ang pag-unawa sa wikang Koreano bago simulan ang gramatika.

> **Tandaan**
>
> Ang mga halimbawang pangungusap na may salitang-katapusan(~요. ~요? ~요! ~ㅂ니다. ~ㅂ니까?) ay nangangahulugan ng magalang na pagpapahayag.
>
> (☞ Seksyon 8)

• 안녕! [annyeong] *Ang bati sa umaga, hapon at gabi ay pareho.	Magandang umaga(araw/hapon/gabi)!
• 안녕하세요! [annyeonghaseyo]	Magandang hapon po!
• 예, 안녕하세요! [ye annyeonghaseyo]	Magandang gabi rin po!
• 어떻게 지내세요? [eoddeoke jinaeseyo]	Kumusta kayo?
• 계십니까? [gyesimnikka]	Tao po?
• 안녕히 계세요. [annyeonghi gyeseyo]	Paalam na po.
• 고마워. [gomawo]	Salamat.
• 고맙습니다. / 감사합니다. [gomapsseumnida] [gamsahamnida]	Salamat po.
• 천만에. [cheonmane]	Walang anuman.
• 천만에요. [cheonmaneyo]	Wala pong anuman.
• 미안해. [mianhae]	Pasensya ka na.
• 미안합니다. / 죄송합니다. [mianhamnida] [joisonghamnida]	Pasensya na po kayo.
• 용서해 줘. [yongseohae jwo]	Patawarin mo ako.
• 용서해 주세요. [yongseohae juseyo]	Patawarin ninyo ako.

- 잘 먹겠습니다.
  [jal meokgesseumnida]

  Salamat po sa pagkain na ito.

- 잠깐 기다리세요.
  [jamkkan gidariseyo]

  Maghintay kayo sandali.

- 잠깐만.
  [jamkkanman]

  Sandali lang.

- 조심하십시오.
  [josimhasipsio]

  Ingat po kayo.

- 조심하세요.
  [josimhaseyo]

  Ingat kayo.

- 조심해.
  [josimhae]

  Ingat ka.

- 뭐 해?
  [mwo hae]

  Ano'ng gawa mo?

- 뭐 하세요?
  [mwo haseyo]

  Ano'ng gawa ninyo?

- 알겠습니까?
  [algesseumnikka]

  Naiintindihan po ba ninyo?

- 예, 알겠습니다.
  [ye algesseumnida]

  Opo, naintindihan ko.

- 아니요, 모르겠습니다.
  [aniyo moreugesseumnida]

  Hindi po, di ko naiintindihan.

- 알겠어?
  [algesseo]

  Naiintindihan mo ba?

- 응, 알겠어.
  [eung algesseo]

  Oo, naintindihan ko.

- 아니, 모르겠어.
  [ani moreugesseo]

  Hindi, di ko naiintindihan.

- 몰라.
  [molla]

  Ewan ko.

- 모릅니다.
  [moreumnida]

  Ewan ko po.

- 싫어.
  [sireo]

  Ayoko.

- 싫어요.
  [sireoyo]

  Ayoko po.

- 자기야, 사랑해!
  [jagiya saranghae]

  Mahal kita, giliw ko!

- 사랑해요.
  [saranghaeyo]

  Mahal po kita.

- 사랑합니다.
  [saranghamnida]

  Mahal ko po kayo.

- 여러분 모두 사랑합니다.
  [yeoreobun modu saranghamnida]

  Mahal ko po kayong lahat.

- 나 너 좋아해.
  [na neo joahae]

  Gusto kita.

- 너 나 좋아해?
  [neo na joahae]

  Gusto mo ba ako?

- 이거 얼마예요?
  [igeo eolmayeyo]

  Magkano po ito?

- 지금 몇 시예요?
  [jigeum myeot siyeyo]

  Ano pong oras na?

- 이거/그거/저거 뭐예요?
  [igeo/geugeo/jeogeo mwoyeyo]

  Ano po ito/iyan/iyon?

- 이거/그거/저거 뭐야?
  [igeo/geugeo/jeogeo mwoya]

  Ano ito/iyan/iyon?

- 이거/그거/저거 주세요.
  [igeo/geugeo/jeogeo juseyo]

  Ibigay ninyo po ito/iyan/iyon sa akin.

• 이거/그거/저거 줘. [igeo/geugeo/jeogeo jwo]	Ibigay mo ito/iyan/iyon sa akin.
• 저는 호세라고 합니다. [jeoneun hoserago hamnida]	Ako po ay si Jose.
• 나는 호세라고 해. [naneun hoserago hae]	Ako ay si Jose.
• 저의 이름은 니베라 마틴입니다. [jeoeui ireumeun nibera matinimnida]	Ang pangalan ko po ay si Martin Nibera.
• 내 이름은 니베라 마틴이야. [nae ireumeun nibera matiniya]	Ang pangalan ko ay si Martin Nibera.
• 가자. [gaja]	Tayo na.
• 갑시다. [gapsida]	Tayo na po.
• 가지 마. [gaji ma]	Huwag kang umalis.
• 가지 마세요. [gaji maseyo]	Huwag kayong umalis.
• 빨리 가자. [bbali gaja]	Bilisan natin.
• 빨리 빨리 해. [bbali bbali hae]	Gawin mo nang mabilis.
• 어서 오세요. [eoseo oseyo]	Maligayang pagdating po.
• 실례합니다. [sillyehamnida]	Paumanhin po. / Makiraan po. / Mawalang-galang po. / Tao po.
• 괜찮습니까? [gwaenchanseumnikka]	Ok po ba kayo?

Balangkas ng Pangungusap
(문장의 구성)

Sa seksyong ito, pag-aaralan natin ang 5 pormula ng pangungusap ng 한국어 na batay sa mga elemento para sa balangkas ng pangungusap na naglalaman ng mga bahagi ng pananalita.

1   Mga elemento para sa balangkas ng pangungusap

(1) Mga palatandaan para sa mga elemento

Elemento	Palatandaan	한국어
Simuno	S	주어
Panaguri	P	서술어
Kaganapan	K	보어
Layon	L	목적어
Salitang-abay	AS	부사어
Postposisyon	PP	조사
Salitang-naglalarawan	NS	수식어
Salitang-sarili	SS	독립어

(2) Bahagi ng pananalita(품사) sa 한국어

Tungkulin sa balangkas ng pangungusap	품사
Salitang-walang-deklinasyon(체언)	① Pangngalan(명사) ② Panghalip(대명사) ③ Pamilang(수사)
Salitang-pang-ugnay(관계언)	④ Postposisyon(PP: 조사)
Salitang-may-deklinasyon(용언)	⑤ Pandiwa(동사) ⑥ Pang-uring(형용사)
Salitang-naglalarawan(수식언)	⑦ Paunang-pangngalan(관형사) ⑧ Pang-abay(부사)
Salitang-sarili(독립언)	⑨ Pandamdam(감탄사)

(3) Mga panuntunan para sa balangkas ng pangungusap

① Ang 주어, 보어, 목적어 at 부사어 ay binubuo ng 체언(대명사, 명사, 수사) at 조사.

② Ang 서술어 ay gumagamit ng 용언(동사, 형용사) at 체언+서술격조사 na may iba't ibang salitang-katapusan(어미) para sa pagpapahayag ng panahunan, antas ng paggalang, panagano at iba pa.

③ Ang 조사 ay pinaghahati-hati ng sumusunod. ☞ Seksyon 15

  • PP-pangkaukulan(격조사)
   - PP-pansimuno(주격조사)
   - PP-panlayon(목적격조사)
   - PP-pangkaganapan(보격조사)
   - PP-pampaunang-pangngalan(관형격조사)
   - PP-pansalitang-abay(부사격조사)
   - PP-pampanaguri(서술격조사)
   - PP-pampanawag(호격조사)
  • PP-pantulong(보조사)
   * Ang 보조사 ay ginagamit sa halip o kasama ng 격조사 sa pangungusap.
   * Ang 관형격조사 ay masasabing 소유격조사(PP-paari).

④ Ang 수식어 ay pinaghahati-hati ng sumusunod.

  • 관형사
   - Paunang-pangngalang numero(수관형사)
   - Paunang-pangngalang pamatlig(지시관형사)
   - Paunang-pangngalang paari(소유격 관형사)
   - Paunang-pangngalang katangian at kalagayan(성상관형사)
     * Purong paunang-pangngalan(순수관형사)
     * Paunang-pangngalang-diwa(동사적 관형사)
     * Paunang-pangngalang-uri(형용사적 관형사)
  • 부사
   - Pang-abay bilang elemento ng pangungusap(성분부사)
   - Pang-abay para sa buong pangungusap(문장부사)

⑤ Ang 독립어 ay walang relasyon sa ibang salita sa loob ng isang pangungusap. Ang uri nito ay 감탄사 at kaukulang pantawag(~아, ~야, ~님, atbp.).

> **Tandaan**
> * Mayroon lamang "~의" sa 관형격조사.
> * Mayroon lamang "~이다" sa 서술격조사.
> * Ang 소유격 관형사 ay 관형사 na may 관형격조사(~의).
> * Ang 형용사적 관형사 ay pareho sa pang-uring nililimitahan sa Filipino.
> * Ang 형용사 ay pareho sa pang-uring pampanaguri sa Filipino.

2 Limang pormula ng pangungusap

(1) Pormula 1: S(주어) + P(서술어)

① 영수(S)는 떠난다(P). / 영수가 떠난다.

　　Si Yeongsu ay aalis. / Si Yeongsu ang tao na aalis.

② 하늘은 푸르다.

　　Asul ang langit.

③ 이것은 연필이다. / 이것이 연필이다.

　　Ito'y lapis. / Ito ang bagay na lapis.

④ 저것은 지우개다. / 저것이 지우개(이)다.

　　Iyon ay pambura./ Iyon ay ang pambura.

⑤ 이 집은 크다. / 이 집이 크다.

　　Ang bahay na ito ay malaki. / Ang bahay na ito ang malaki.

* Ang "~가/이" ay 주격조사 na nagbibigay-diin sa 주어 at ang "~은/는" ay 보조사 na nagbibigay-diin sa 서술어. ☞ Seksyon 15

* Tungkol sa 서술격조사(~이다) sa ③ at ④, kapag ang huling pantig ng 체언 ay walang 받침자음, "~이다" ay maaaring paikliin bilang "~다."

* Ang "~가/는" ay ginagamit kapag ang huling pantig ng 주어 ay walang 받침자음 at ang "~이/은" ay ginagamit kapag mayroong 받침자음.

* Ang "이" sa ⑤ ay nangangahulugang "Ito" bilang 지시관형사.

* Ang 서술어 ay gumagamit ng pandiwang kumpletong katawanin(완전자동사), 형용사 o 체언 + 서술격조사.

(2) Pormula 2: S(주어) + K(보어) + P(서술어)

① 그녀(S)는 영희(K)가 아니다(P).

　　Siya ay hindi si Yeonghi.

② 너는 어른이 된다.

　　Ikaw ay magiging mayor-de edad.

③ 구름이 비가 된다.

　　Ang ulap ay magiging ulan.

④ 이것은 옷이 아니다.

Ito ay hindi damit.

⑤ 코끼리는 코가 길다.

Ang elepante ay may mahabang ilong.

* Ang 주어 ay ginaganap ng 보어 bilang kaganapang pansimuno(주격보어).
* Ang 조사(~가, ~이, ~은, ~는) rin ay ginagamit bilang 보격조사.
* Gumagamit ang 서술어 ng pandiwang di-kumpletong katawanin(불완전자동사), 형용사
   o PP-pampanaguring patanggi(~이/가 아니다).

(3) Pormula 3: S(주어) + AS(부사어) + P(서술어)

① 이것(S)은 그것과(AS) 다르다(P).

Ito ay iba sa riyan.

② 철수가 영수와 싸운다.

Si Cheolsu ang nakikipag-away kay Yeongsu.

③ 준기는 학교에 간다.

Si Jun-ki ay pumupunta sa paaralan.

④ 학생은 선생님에게 인사한다.

Ang estudyante ay bumabati sa titser.

* Ang "~과", "~와", "~에" at "~에게" ay 부사격조사
* Ang 서술어 ay ginaganap ng 부사어.
* Gumagamit ang 서술어 ng 불완전자동사 o 형용사.

(4) Pormula 4: S(주어) + L(목적어) + P(서술어)

① 나(S)는 빵(O)을 먹는다(P). / 내가 빵을 먹는다.

Kumakain ako ng tinapay./Ako ang taong kumakain ng tinapay.

② 아이는 공을 찬다. / 아이가 공을 찬다.

Ang bata ay sumipa ng bola./Ang bata ay ang taong sumipa ng bola.

③ 그는 축구를 좋아한다.

Gusto niya ng football.

④ 순희는 화장품을 산다. / 순희가 화장품을 산다.

Si Sunhi ay bumibili ng kosmetiko./Si Sunhi ang taong bumibili ng
kosmetiko.

* Ang 목적격조사 ay "~을" at "~를" lang.
* Ang "~를" ay ginagamit kapag ang huling pantig ng 목적어 ay walang 받침자음 at ang "~을" ay kapag mayroong 받침자음.
* Ang 서술어 ay gumagamit lang ng pandiwang kumpletong palipat(완전타동사).

(5) Pormula 5: S(주어) + AS(부사어) + L(목적어) + P(서술어)

① 나(S)는 철희에게(AS) 선물(L)을 준다(P).

　　Ako ay nagbibigay ng regalo kay Cheolhi.

② 아버지(S)는 돈(L)을 아들에게(AS) 보낸다(P).

　　Ang ama ay nagpapadala ng pera sa anak na lalaki.

③ 그 학생은 친구에게 편지를 쓴다.

　　Ang estudyanteng iyan ay sumusulat ng liham sa kaibigan.

④ 그는 목수에게 집을 짓게 한다.

　　Nagpapapatayo siya ng bahay sa karpintero.

* Ginagamit ng 서술어 ang pandiwang di-kumpletong palipat(불완전타동사) na kinakailangan ang 목적어 at 부사어 nang kasama.
* Kung ang 서술어 ay isang datibong pandiwa(수여동사) sa ① at ②, ang posisyon ng 부사어 at 목적어 ay maaaring palitan.
* Ang "~에게" ay datibong PP(여격조사) sa kategorya ng 부사격조사.
* Ang "그" sa ③ ay 지시관형사 na nangangahulugang "Iyon" at ang "그" sa ④ ay 대명사 na nangangahulugang "siya".
* Ang ④ ay isang kausatibang pangungusap sa pamamagitan ng paggamit ng kausatibang 서술어(~게 하다).

(1) Salitang-pandamdam(감탄사)

① 아이고! 배가 아파요.

Aray! Masakit po ang tiyan.

② 어머! 언제 왔어요?

Aba! Kailan kayo dumating?

* Ang "어머!" ay pambabaing salitang-pandamdam at panlalaki ang "어!"

③ 만세! 우리가 이겼다.

Mabuhay! Nagwagi tayo.

④ 젠장! 또 비가 온다.

Kainis! Umuulan ulit.

* Ang "젠장!" ay panlalaking salitang-pandamdam.

⑤ 이런! 지갑에 돈이 없다.

Ay! Walang pera sa pitaka.

⑥ 와, 꽃이 정말 아름답다!

Wow, kay ganda ng bulaklak!

(2) Pang-abay na pang-ugnay

① 비가 온다. 그러나 학교에 간다.

Umuulan na. Pero pumupunta sa paaralan.

② 돈이 없다. 그래서 우리는 가난하다.

Walang pera. Kung kaya mahirap tayo.

(3) Kaukulang-pantawag(호격)

1) Pangalan + PP-pampanawag(~아/야)

① 철수야, 밥 먹어라.

Cheolsu, kumain ka na.

② 영순아, 가자.

Yeongsun, tayo na.

* Ang PP-pampanawag(~야, ~아) sa pangalan para sa kaso kung saan hindi na kailangang maging magalang tulad ng kaibigan o bata.

* Ang "~야" ay ginagamit kapag ang huling pantig ng pangalan ay walang 받침자음 at ang "~아" ay ginagamit kapag ang huling pantig ng pangalanay may 받침자음.

2) Personal na posisyon o ranggo + PP-pampanawag(~님)

① 사장님, 이것 잠깐 봐 주십시오.

   Presidente! Mangyaring tingnan ang isang ito para sa isang minuto, ginoo.

② 팀장님!: Boss po!

③ 기사님!: Driver po!

④ 장군님!: Heneral, sir!

* Ang "~님" ay isang napakagalang na PP-pampanawag.

3) Pangalan + Di-kumpletong Pangngalan(의존명사 ☞ Seksyon 14)

① 영자 씨, 당신을 사랑해요.

   Yeongja, mahal kita.

② 이 희태 씨, / 희태 씨, 어디 계십니까?

   G. Hitae Lee, /G. Hitea, Nasaan po kayo?

   * "~ 씨" ay nangangahulugang Mr. ~, Miss ~ o Mrs. ~ sa buong pangalan o pangalan lang at nagpapahiwatig ng paggalang.

③ 박 현철 님, 이쪽으로 오십시오.

   G. Hyeoncheol Park, mangyari po kayong pumunta dito.

   * Ang "~ 님" na isang napakagalang na PP-pampanawag na di-kumpletong pangngalan sa buong pangalan ay nagpapahiwatig ng mataas na paggalang.

   * "오십시오." bilang pinagsimulang salita ng "오다(come)" ay isang pinakamagalang at pautos na pagpahayag. ☞ Seksyon 8 at 9

④ 박 영택 군, / 박 군, / 영택 군, 어떻게 지내는가?

   Mr. Yeongtaek Park, / Mr. Park, / Yeongtaek, kumusta ka?

   * Ang ibig sabihin ng "~ 군" ay Mr. na ginagamit kapag pormal na tinatawag ng nakatatanda ang isang nakababatang lalaki.

⑤ 김 희선 양, / 김 양, / 희선 양, 이것 좀 검토해 줘.

　Miss Hiseon Kim, / Miss Kim, / Hiseon, pakisuri ito.

　* Ang ibig sabihin ng "~ 양" ay Miss na ginagamit kapag pormal na tinatawag ng nakatatanda ang isang nakababatang dalaga.

05

Mga Panuntunan para sa pagsusulat ng Hangeul
(한글 쓰기 규칙)

Karaniwan ang lahat ng salita ay dapat na agwatan sa isa't isa, ngunit may ilang eksepsiyon tulad ng mga sumusunod.

(1) Ang 조사(PP) ay dapat idugtong sa nauunang salita nang walang agwat.

- 나는(ako)
- 나에게(sa akin)
- 나처럼(tulad ko)
- 나로부터(galing sa akin)
- 나밖에(ako lang)
- 나의(akin/ko)

(2) Ang di-kumpletong pangngalan ng yunit ay karaniwang inaagwatan, ngunit kapag ang nauunang salita ay numero ng Arabe, ang mga salitang ito ay nakasulat nang walang agwat.

- 5000원(← 오천 원): 5000₩(Won)
- 수박 10통(← 열 통): 10 pakwan
- 2019년 8월 15일 12시 30분: 15. Agosto 2019 12:30
- 말 20마리(← 이십 마리): 20 kabayo

(3) Ang mga pangngalan na nagpapahayag ng pagkakasunud-sunod o hakbang ay maaaring idugtong sa nauunang salita.

- 오층 / 오 층: ikalimang palapag
- 삼학년 / 삼 학년: ikatlong grado ng paaralan
- 두시 삼십분 / 두 시 삼십 분: alas-dos y medya
- 제삼과 / 제 삼 과: ikatlong seksyon

(4) Maaaring idugtong kapag ang isang pantig na salita ay sinusulat nang sunud-sunod.

- 그때 / 그 때: noon
- 이때 / 이 때: ngayon
- 이산 저산 / 이 산 저 산: bundok na ito, bundok na iyon
- 좀더 / 좀 더: konti pa

(5) Karamihan sa Koreanong pangalan ay binubuo ng isang titik para sa apelyido at dalawang titik para sa ibinigay na pangalan.

Pero sa bihirang kaso, binubuo ng dalawang titik para sa apelyido at isa o dalawang titik para sa pangalan, o isang titik na apelyido at tatlong titik na pangalan.

- 홍 길동
- 남궁 석
- 박 에리사
- 남궁 동자
- 김 구

(6) Ang espesyal na terminolohiya ay puwedeng sulatin nang walang agwat.

- 대륙간탄도탄 / 대륙간 탄도탄: Intercontinental Ballastic Missile
- 골수성백혈병 / 골수성 백혈병: Myeloid leukemia

2 사이시옷: Panggitnang "ㅅ(siot)"

Ang 사이시옷 ay ang pangalan ng "ㅅ" na ginagamit upang namamagitan ang pagbigkas sa pagitan ng dalawang salita na bumubuo ng isang tambalang pangngalan.

Sa kasong ito, ang tambalang pangngalan ay nabuo ng dalawang purong Koreanong salita o isang purong Koreanong salita at isang salita na pinanggalingan ng Tsino.

(1) Kapag ang pantig ng unang salita ay nagtatapos sa patinig at ang unang tunog ng huling salita ay may makapal na katinig;

- 부잣집[bujatjjib] ← 부자(mayamang tao) + 집(bahay)
- 전셋집[jeonsetjjib] ← 전세(sanglang upa) + 집(bahay)
- 귓병[guitbbyeong] ← 귀(tainga) + 병(sakit)
- 햇볕[haetbbyeot] ← 해(araw) + 볕(sikat)
- 나뭇가지[namutkkaji] ← 나무(puno) + 가지(sanga)
- 부둣가[budutkka] ← 부두(piyer) + 가(tabi)

(2) Kapag ang tunog ng "ㄴ" ay dinadagdag sa unang salita sa harap ng unang katinig ("ㄴ" o "ㅁ") ng unang pantig ng huling salita;

- 잣눈[jannun] ← 자(reglador) + 눈(grado)
- 빗물[binmul] ← 비(ulan) + 물(tubig)
- 존댓말[jondaenmal] ← 존대(pagtratong may paggalang) + 말(salita)
- 본딧말[bondinmal] ← 본디(orihinality, una) + 말(word)

(3) Kapag ang tunog ng "ㄴ" ay dinadagdag sa unang salita sa harap ng panggitnang patinig ng unang pantig ng huling salita, at saka ang tunog ng nitong panggitnang patinig ay binabago sa "ㄴ";

- 깻잎[kkaennip] ← 깨(sesame) + 잎(dahon)
- 나뭇잎[namunnip] ← 나무(puno) + 잎(dahon)
- 뒷일[duinnil] ← 뒤(hinaharap) + 일(pangyayari)

♣ **Ang sumusunod na tambalang pangngalan ay hindi normal na salita dahil pinanggalingan ng Tsino lang ang dalawang salita.**

- 숫자[sutjja]: numero
- 셋방[setbbang]: kuwarto para upahan
- 찻간[chatkkan]: loob ng tren oder kotse
- 곳간[gotkkan]: bodega
- 횟수[hoitssu]: kadalasan, beses

Panuntunan para sa pagsusulat ng inangking dayuhang salita sa 한글

(1) Ang pagbigkas ng "ㅑ, ㅕ, ㅛ, ㅠ" ay isinusulat hangga't maaari "ㅏ, ㅓ, ㅗ, ㅜ".

- Messiah[메싸이야] → 메시아
- laser[레이져] → 레이저
- chocolate[쵸-콜맅] → 초콜릿
- nature[네이쳐] → 네이처
- television[텔레비젼] → 텔레비전
- juice[쥬-스] → 주스

(2) Kapag ang malakas na tunog ng "ㄲ, ㄸ, ㅃ, ㅆ, ㅉ" ay binibigkas bilang unang katinig, dapat silang isulat "ㅋ, ㅌ, ㅍ, ㅅ, ㅊ".

- café[까페] → 카페
- Paris[빠리] → 파리
- spy[쓰빠이] → 스파이

(3) Hindi isinusulat ang mahabang patinig.

- juice[쥬-쓰] → 주스
- New York[뉴우 요-ㅋ] → 뉴욕
- book concert[부-ㅋ 콘서-트] → 북 콘서트
- chocolate[쵸-콜맅] → 초콜릿
- Tokyo[토-쿄-] → 도쿄

(4) Kung ang tunog ng "우" ay binibigkas nang mahina sa dobleng patinig na "오우", ang "우" ay hindi isinusulat.

- boat[보우트] → 보트
- rainbow[레인보우] → 레인보우
- coat[코우트] → 코트

(5) Kapag ang mga paos na tunog ng "ㅋ, ㅌ, ㅍ" ay binibigkas bilang panghuling katinig(받침자음), sila ay isinusulat na "ㄱ, ㅅ, ㅂ".

- chocolate[쵸-콜맅] → 초콜릿
- pop song[팦 송] → 팝송
- New York[뉴우 요-ㅋ] → 뉴욕
- tablet[태블맅] → 태블릿

SEKSYON **06**

Panghalip
(대명사)

Panauhan 인칭		Filipino	한국어	Mapagpa-kumbaba	Magalang	Tandaan
Isahan 단수	Una	ako	나(내)	저(제)		
	Ikalawa	ikaw	너(네)		당신 사장님 선생님 여사님	~님: PP-pampanawag na magalang
	Ikatlo	siya	그 그녀		그분	*그(그 남자): siyang lalaki *그녀(그 여자): siyang babae
Mara-mihan 복수	Una	tayo	우리/ 우리들	저희/ 저희들		
	Ikalawa	kayo	너희/ 너희들		당신들 사장님들 선생님들 여사님들	
	Ikatlo	sila	그들		그분들	*그 남자들: silang lalaki *그 여자들: silang babae

* Ang "~들" ay pangmaramihang suffix.

* Ang tunay na kahulugan ng 사장 ay presidente ng kompanya, at 선생 ay titser, pero ginagamit ng tawag na magalang sa tao na di-kilala nang mabuti.

* Ang ibig sabihin ng "여사" ay madam o ginang.

* 우리들, 너희들, 저희들: Ang kahulugan ng maramihang magkakapatong sa "우리, 너희, 저희" na maaaring gamitin nang pantay.

* 내, 제, 네: Ang mga panghalip na ito ay maaaring gamitin para sa panghalip na pansimunong kauklan(주격 대명사) kasama ang "~가(주격조사)" lang pati na rin para sa panghalip na pampaaring kauklan(소유격 대명사) bilang 준말 ng "나의, 저의, 너의".

* Ang "당신" ay ginagamit upang maging magalang kapag tumatawag sa isang estranghero na mukhang mas bata o may mas mababang ranggo kaysa sa kumakausap, ngunit ginagamit din kapag ang isang mag-asawa ay tumatawag sa isa't isa nang magalang, o kahit na may isang pagtatalo, upang tawagan ang kinakausap

nang masama, kaya kailangang mag-ingat.

- 당신은 누구세요?/Sino kayo?
- 여보, 당신에게 미안해요./Honey, paumanhin ko sa iyo.
- 당신이 왜 우리 일에 참견해?/Bakit ka nakikialam sa amin?

- 나는 너를 사랑한다.
  내가 너를 사랑한다.

  Minamahal kita.
  Ako ang nagmamahal sa iyo.

- 그는 학생이다.
  그가 학생이다.

  Siya ay estudyante.
  Siya ang estudyante.

- 그들(그 사람들)은 경찰이다.
  그들(그 사람들)이 경찰이다.

  Sila ay pulis.
  Sila ang pulis.

- 너는 그녀를 좋아한다.
  네가 그녀를 좋아한다.

  Gusto mo siya.
  Ikaw ang nagkakagusto sa kanya.

- 우리는 행복하다.

  Tayo ay masaya.

- 저는 군인입니다.
  제가 군인입니다.

  Ako po ay sundalo.
  Ako po ang sundalo.

- 저희는 영어를 공부합니다.

  Tayo po ay nag-aaral ng Ingles.

- 그들은 테니스를 합니다.

  Sila po ay nagtetenis.

- 너희는 부지런하다.

  Kayo ay masipag.

- 그분들은 선생님들입니다.

  Sila po ay mga guro.

- 저것은 내 책이다.
  저것이 내 책이다.

  Iyon ay aking aklat.
  Iyon ang aklat sa akin.

- 그것은 제 모자입니다.
  그 모자는 제 것입니다.

  Iyan po ay aking sombrero.
  Ang sombrerong iyan po ay sa akin.

	ito/dito	iyan/diyan	iyon/doon	walang-limitasyon
Panao	이이, 이분	그, 그이, 그녀, 그분	저이, 저분	아무(누구)
Pambagay	이것	그것	저것	아무 것
Panlugar	여기, 이곳	거기, 그곳	저기, 저곳	아무 곳(데)
Panggawi	이쪽	그쪽	저쪽	아무 쪽

* Ang "것, 곳, 데, 분" ay inkumpletong pangngalan(의존명사). ☞ Seksyon 14

• 이이는 저의 남편입니다.	Ito po ay asawa ko.
• 이분은 교장선생님입니다.	Ito po ay punong-guro.
• 여기<u>에</u> 아무(= 누구)<u>도</u> 없다.	Kahit sino ay wala rito.
• 아무(= 누구)<u>나</u> 오너라.	Halikayo kahit sino.
• 이것은 나의/내 책이다. 이것이 나의/내 책이다. 나의/내 책은 이것이다.	Ito ay aking aklat. Ito ang aklat na akin. Ang aklat ko ay ito.
• 그것은 너의/네 우산이다. 그것이 너의/네 우산이다. 너의/네 우산은 그것이다.	Iyan ay iyong payong. Iyan ang payong na iyo. Ang payong mo iyan.
• 아무 것<u>이나</u> 입어라.	Magsuot ka kahit ano.
• 여기는(=이곳은) 그분의 집입니다.	Ang lugar po na ito ay kanyang bahay.
• 저곳은(=저기는) 극장이다.	Ang lugar na iyon ay sinehan.
• 아무 데<u>라도</u>(=곳이라도) 가거라.	Pumunta ka kahit saan.
• 아무(누구)도 여기로 들어갈 수 없습니다.	Walang makapasok dito, sir.
• 영국 대사관은 이쪽이다.	Ang direksyong ito ay patungo sa British Embassy.

* Ang "~도", "~(이)나" at "~(이)라도" ay 보조사(☞ Seksyon 15) para sa karagdagang kahulugan sa pangungusap sa halip ng 주격조사, 목적격조사 at 부사격조사.

* Ang "~에" ay isang 부사격조사 na nangangahulugang "sa".

* Ang "~에서" ay rin isang 부사격조사 na nangangahulugang "sa", "galing sa" o "mula sa".

* Ang "이이, 그이, 저이" ay mga panghalip na panao na ginagamit ng babae kapag tinutukoy ang kanyang asawa sa iba.

> **Tandaan**
>
> Sa Koreano, ang panghalip na pampaaring(소유격 대명사) ay binubuo ng 대명사 at 관형격조사(~의).
>
> (나의/akin o ko, 너의/iyo o mo, 그의/kanya o niya, 그녀의/kanya o niya, 이것의/nito, 그것의/niyan, 저것의/niyon, 우리의/atin o natin, 너희의/inyo o ninyo, 그들의/kanila o nila)

♣ **Ang "이", "그", "저" at "아무" ay mga pamatlig na 수식어 na tumututok sa tao, bagay o lugar. Sa sumusunod ay pinapaliwanag ang paggamit ng "이", "그", "저" at "아무" sa pamamagitan ng iba't ibang kasong mga halimbawa.**

1) Kapag itinuturo ang silya,

• 이 의자(들)	(mga) silyang ito
• 그 의자(들)	(mga) silyang iyan
• 저 의자(들)	(mga) silyang iyon
• 아무 의자(들)	kahit anong (mga) silya

2) Kapag itinuturo ang tao,

• 이 사람(들)	(mga) taong ito
• 그 사람(들)	(mga) taong iyan
• 저 사람(들)	(mga) taong iyon
• 아무 사람(들)	kahit sinong (mga) tao

3) Kapag itinuturo ang estudyante,

• 이 학생(들)	(mga) estudyanteng ito
• 그 학생(들)	(mga) estudyanteng iyan
• 저 학생(들)	(mga) estudyanteng iyon
• 아무 학생(들)	kahit sinong (mga) estudyante

Panahunan ng Salitang-may-deklinasyon at PP-pampanaguri
(용언과 서술격조사의 시제)

Sa 한국어, ang istruktura ng 용언 at 서술격조사 ay binubuo ng salitang-tangkay(어간) at salitang-katapusan(어미). Ang pagbabanghay para sa panahunan ay ipinatupad sa pamamagitan ng pagbabago ng 어미. Sa seksyong ito ang panahunan ay ipapaliwanag sa pamamagitan ng mga halimbawang salita batay sa pawatas(부정사). Iba sa pilipinuer, ang termino ng pawatas(부정사) ay ginagamit sa 동사, 형용사 at 서술격조사 dahil ang 형용사 at 서술격조사 ay rin binabanghay tulad ng 동사 sa 한국어.

(1) Lahat ng 부정사 ay may "~다" bilang 어미.

(2) Ang 부정사 ng 형용사 at 서술격조사 ay nagpapahiwatig ng 현재시제.

(3) Para sa 현재시제 ng 동사, "~ㄴ(받침자음)" o "~는~" ay ipinapasok sa pagitan ng 어간 at 어미.

(4) Para sa 과거시제 ng lahat, "~ㅆ(받침자음)", "~았~" o "~었~" ay ipinapasok sa pagitan ng 어간 at 어미.

(5) Para sa 대과거시제 ng lahat, ang "~었~" ay inilalagay din sa harap ng 어미 ng 과거시제.

(6) Para sa 미래시제, ang 어미 ay nagbabago sa "~ㄹ 것이다" o "~겠~" ay ipinapasok sa pagitan ng 어간 at 어미.

* Mga katawagang pambalarila
 • 시제: panahunan
 • 현재시제: panahong pangkasalukuyan
 • 과거시제: panahong pangnakaraan
 • 대과거시제: panahong pangnakaraang perpekto
 • 미래시제: panahong panghinaharap
  - 단순미래: simpleng hinaharap
  - 의지미래: kusang hinaharap
 • 어간: salitang-tangkay(Hindi nagbabagong bahagi sa pagbabanghay)
 • 어미: salitang-katapusan(Nagbabagong bahagi sa pagbabanghay)
 • 부정사: pawatas(Saligang o pandiksyunaryong salita ng 용언 at 서술격조사)

SEKSYON 07

(1) Pagbabago ng 어미 batay sa panahunan

	부정사 (어간＋어미)	뜻	현재시제	과거시제	대과거시제	미래시제
서술격 조사	~이다	–	~이다 /~다	~이었다 /~였다	~이었었다 /~였었다	~일 것이다/ ~이겠다
Pandiwa (동사)	가다 (가 + 다)	pumunta	간다	갔다	갔었다	갈 것이다 / 가겠다
	오다 (오 + 다)	dumating	온다	왔다	왔었다	올 것이다 / 오겠다
	먹다 (먹 + 다)	kumain	먹는다	먹었다	먹었었다	먹을 것이다 / 먹겠다
	사다 (사 + 다)	bumili	산다	샀다	샀었다	살 것이다 / 사겠다
	팔다 (팔 + 다)	magbenta	판다	팔았다	팔았었다	팔 것이다 / 팔겠다
	만나다 (만나 + 다)	makita	만난다	만났다	만났었다	만날 것이다 / 만나겠다
	배우다 (배우 + 다)	matuto	배운다	배웠다	배웠었다	배울 것이다 / 배우겠다
	일하다 (일하 + 다)	magtrabaho	일한다	일했 (←하였)다	일했 (←하였)었다	일할 것이다 / 일하겠다
	공부하다 (공부하 + 다)	mag-aral	공부한다	공부했 (← 하였) 다	공부했 (← 하였) 었다	공부할 것이다 / 공부하겠다
Pang- uri (형용사)	아름답다 (아름답 + 다)	maganda	아름답다	아름다웠다	아름다웠었다	아름다울 것이다 /아름답겠다
	빠르다 (빠르 + 다)	mabilis	빠르다	빨랐다	빨랐었다	빠를 것이다 / 빠르겠다
	덥다 (덥 + 다)	mainit	덥다	더웠다	더웠었다	더울 것이다 / 덥겠다
	게으르다 (게으르 + 다)	tamad	게으르다	게을렀다	게을렀었다	게으를 것이다 / 게으르겠다
	부지런하다 (부지런하 + 다)	masipag	부지런하다	부지런했(← 하였)다	부지런했 (← 하였) 었다	부지런할 것이다 / 부지런하겠다

Pang-uri (형용사)	건강하다 (건강하 + 다)	malusog	건강하다	건강했 (← 하였) 다	건강했 (← 하였) 었다	건강할 것이다 / 건강하겠다
	시원하다 (시원하 + 다)	malamig-lamig	시원하다	시원했 (← 하였) 다	시원했 (← 하였) 었다	시원할 것이다 / 시원하겠다
	있다 (있 + 다)	mayroon	있다	있었다	있었었다	있을 것이다 / 있겠다
	없다 (없 + 다)	wala	없다	없었다	없었었다	없을 것이다 / 없겠다

○ Ang "~았~", "~었~" at "~겠~" na idinadagdag para sa panahunan ay tinatatawag bilang paunang 어미(선어말어미) at "~다" ay tinatawag na panghuling 어미(어말어미), upang isinasaalang-alang ang 선어말어미.

○ Sa 과거시제, ang "~았~" ay ginagamit kapag ang 모음 ng naunang pantig ay positibo at ang "~었~" ay ginagamit kapag ang 모음 ay negatibo o neutral. Gayunpaman sa kaso ng iregular na 용언, ang panuntunang ito ay hindi inilalapat.

- ~이다 → ~이었다
- 먹다 → 먹었다
- 팔다 → 팔았다
- 사다 → 샀다(← 사았다)
- 있다 → 있었다

- 가다 → 갔다(← 가았다)
- 오다 → 왔다(← 오았다)
- 만나다 → 만났다(← 만나았다)
- 배우다 → 배웠다(← 배우었다)
- 없다 → 없었다

○ Ang "~했다" / "~했었다" mula sa "~하다" 준말 ng "~하였다." / "~하였었다.".

○ Ang mga 용언 gaya ng "가다", "오다", "일하다", "공부하다" at lahat ng 형용사 maliban sa "있다" at "없다" ay tinatawag na iregular na 용언(불규칙용언 ☞ Seksyon 16, 17).

○ Ang mga 용언 gaya ng "먹다", "사다", "팔다", "배우다", "만나다", "있다" at "없다" ay tinatawag na regular na 용언(규칙용언).

○ Ang 대과거시제 ay nagpapahiwatig na ang nakaraang estado ay wala na sa kasalukuyan o hindi na nakakonekta sa kasalukuyan.

○ Ang "~겠~" para sa 미래시제 ay nagpapahiwatig ng kusa o simpleng hula ng kumakausap. Ang una ay tinatawag na kusang hinaharap(의지미래), ang huli ay tinatawag na simpleng hinaharap(단순미래).

o "~ㄹ 것이다." para sa 미래시제 ay nagpapahayag ng 단순미래.

o Ang "~겠~" para sa 형용사 at 서술격조사 ay nagpapahiwatig ng 단순미래 lang. Sa kaso ng 동사, kapag ang kumakausap ay ang unang panauhan(ako, tayo/kami) lang, "~겠~" ay nagpapahiwatig ng 의지미래.

(2) Mga pangungusap na halimbawa

- 아버지는 컴퓨터를 ① 판다. / ② 팔았다. / ③ 팔 것이다.

  ① Nagbebenta ang ama ng komputer.

  ② Nagbenta ang ama ng komputer.

  ③ Magbebenta ang ama ng komputer.

- 철수는 병원에 ① 갔다. / ② 갔었다. / ③ 갈 것이다.

  ① Si Cheolsu ay pumunta sa ospital.

  ② Si Cheolsu ay pumunta sa ospital (at umuwi na).

  ③ Si Cheolsu ay pupunta sa ospital.

- 어제 친구가 ① 왔다. / ② 왔었다.

  ① Kahapon ay dumating ang kaibigan ko.

  ② Kahapon ay dumating ang kaibigan ko (at umalis na).

- 나는 내년에 운전을 ① 배울 것이다. / ② 배우겠다.

  ① Matututo ako ng pagmamaneho sa susunod na taon.

  ② Matututo ako ng pagmamaneho sa susunod na taon (sa kalooban ko).

- 그는 작년에 컴퓨터를 배웠다.

  Siya ay natuto ng komputer noong isang taon.

- 영식이는 작년에 영어를 ① 공부했다. / ② 공부했었다.

  ① Nag-aral si Yeongsik ng Ingles noong isang taon.

  ② Nag-aral si Yeongsik ng Ingles noong isang taon (pero nakalimutan o kaya magaling).

- 어렸을 때, 그녀는 ① 예뻤다. / ② 예뻤었다.

  ① Noong bata ay maganda siya.

  ② Noong bata ay maganda siya (pero hindi na ngayon / kaya na rin ngayon).

- 영식이는/영식이가 ① 게으르다. / ② 게을렀다.

  ① Si Yeongsik ay tamad./Si Yeongsik ang taong tamad.

  ② Si Yeongsik ay tamad noon./Si Yeongsik ang taong tamad noon.

* Ang "게으르다" ay isang iregular na 형용사.

* Kapag ang huling pantig ng pangalan ng tao ay may 받침자음, ang 주격조사 ay "~이는/이가", ngunit kapag walang 받침 자음, 주격조사 ay "~는/가". (영수는/영수가, 영철이는/영철이가, 영희는/영희가, 정숙이는/정숙이가)

- 그것은 미자의(하은이의) 모자였(←이었)다./우산이었다.

  Ito ay sumbrero/payung ni Mija(Ha-eun) noon.

* Ang "~의" ay 관형격조사 para sa kauklang paari.

(3) **Pagpapahayag ng hula ng kumakausap para sa kasalukuyan sa pamamagitan ng 부사 na nagpapahiwatig ng 현재시제**

1) **(형용사)~ㄹ 것이다./~겠다.**

- 필리핀은 <u>지금</u> 더울 것이다./덥겠다.

  Hinuhula kong ang Pilipinas ngayon.

  (= Malamig yata ang Pilipinas ngayon.)

- 한국은 <u>아직</u> 추울(← 춥다/lamig) 것이다./춥겠다.

  Hinuhula kong malamig pa ang Korea.

2) **(동사)~고 있을 것이다./~고 있겠다.**

- 그는 <u>지금</u> 학교에 가고 있을 것이다./가고 있겠다.

  Hinuhula kong papunta na siya ngayon sa paaralan.

- 철수는 <u>오늘</u> 공부하고 있을 것이다./있겠다.

  Nag-aaral yata si Cheolsu ngayon.

3) **(서술격조사)~일 것이다./~이겠다.**

- 그 아이는 <u>올해</u> 여섯 살일 것이다./살이겠다.

  Hinuhula kong anim na taong gulang ang bata ngayong taon.

- 그녀는 <u>지금</u> 수녀일 것이다.

  Madre na yata siya ngayon.

* Kung sakaling ang huling pantig ng 체언 ay walang 받침자음, ang "~이겠다." ay hindi tumutugma nang maayos.

(4) Progresibong kalagayan ng pandiwa

1) Progresibong pangkasalukuyan: (어간)~고 있다./~고 있는 중이다.

- 그는 지금 학교에 가고 있다./있는 중이다.

  Siya ay papunta sa paaralan ngayon.

- 나는 지금 영어를 공부하고 있다./있는 중이다.

  Nag-aaral ako ng Ingles ngayon.

- 그들은 사과를 먹고 있다./있는 중이다.

  Sila ay kumakain ng mansanas ngayon.

- 명숙이는 운전을 배우고 있다./있는 중이다.

  Si Myeongsuk ay natututo ng pagmamaneho ngayon.

2) Progresibong pangnakaraan: (어간)~고 있었다./~고 있는 중이었다.

- 그는 학교에 가고 있었다./있는 중이었다.

  Siya ay pumupunta sa paaralan noon.

- 나는 영어를 공부하고 있었다./있는 중이었다.

  Ako ay nag-aaral ng Ingles noon.

- 그들은 사과를 먹고 있었다./있는 중이었다.

  Sila ay kumakain ng mansanas noon.

- 명숙이는 어제 운전을 배우고 있었다./있는 중이었다.

  Si Myeongsuk ay natututo ng pagmamaneho kahapon.

3) **Progresibong panghinaharap:** : (어간)~고 있을 것이다./~고 있는 중일 것이다.

- 나는 오늘 오후에 영어를 공부하고 있을 것이다./~고 있는 중일 것이다.

  Mag-aaral ako ng English mamayang hapon.

- 그들은 오늘 밤 수학 숙제를 하고 있을 것이다./~고 있는 중일 것이다.

  Gagawin nila ang kanilang math homework ngayong gabi.

- 명숙이는 내일 운전을 배우고 있을 것이다./~고 있는 중일 것이다.

  Matututong magmaneho si Myeongsuk bukas.

4) Progresibong pangnakaraang perpekto: (어간)~고 있었었다./~고 있는 중이었었다. "Magsanay kayo sa pamamagitan ng halimbawang pangungusap na nauuna sa sarili. Hindi puwedeng magsalin dahil mahirap ang 대과거시제 sa 필리핀어."

* Ang "~고 있는 중이다./중이었다./중이었었다." ay nagbibigay-diin ng progresibong kalagayan nang lalo kaysa "~고 있다./있었다./있었었다.".

(5) Paggamit ng "~겠~"

1) Pag unang panauhan(ako, kami, tayo) ang simuno ay nagpapahayag ang "~겠~" sa 동사 ng 의지미래.

- 우리는 오후에 그를 만나겠다.
  Makikita natin siya mamayang hapon.

- 나는 저 집을 사겠다.
  Bibilhin ko ang bahay na iyon.

- 내가 시장에 가겠다.
  Ako ang pupunta sa palengke.

2) Kapag ang 주어 ay ang ika-2, ika-3 panauhan o ang bagay, ang "~겠~" ay ginagamit para sa hula ng kumakausap para sa lahat ng panahunan. Sa kasong ito, maaaring gamitin ang "~ㄹ/을 것이다" o "~ㄹ/을 것 같다" sa halip ng "~겠다.".

- 너는 학교에 늦겠다(←늦다)./늦을 것 같다./늦을 것이다.
  Mahuhuli ka yata sa school.

- 그는 이미 학교에 늦었겠다(←늦었다)./늦었을 것 같다./늦었을 것이다.
  Sa akala ko, nahuli na siya sa paaralan.
  (= Nahuli na siya yata sa paaralan.)

- 기차가 택시보다 더 빠르겠다(←빠르다)./빠를 것 같다./빠를 것이다.
  Mas mabilis yata ang tren kaysa sa taxi.

- 철수는 이미 학교에 도착했겠다(←도착했다)./도착했을 것 같다./도착했을 것이다.
  Dumating na yata si Cheolsu sa school.

08

Pagpapahayag na walang-galang at pagpapahayag na magalang
(낮춤표현과 높임표현)

Ang ekspresyon ay puwedeng hatiin sa 높임표현 gamit ang salitang–magalang(존댓말) at 낮춤표현 gamit ang salitang-walang-galang(반말). At ang 높임표현 ay muling hinahati sa tatlong antas na kolokyal, pampanitikan at napakagalang sa pamamagitan ng pagbabago sa 어미 ng 용언 at 서술격조사. At pagkatapos, ang binagong 어미 para sa 높임표현 ay binabago ayon sa panahunan, uri ng pangungusap at iba pa. Bilang isang bukod-tanging punto ay ginagamit ang 높임표현 kahit para sa ika-3 paunahang hindi kasama sa usapan.

♣ **Sumangguni sa listahan ng 'Pagbabanghay batay sa bawa't panahunan' ng Seksyon 7.**

반말		존댓말					
		kolokyal[1]		pampanitikan		napakagalang	
Pt[2]	Pn	Pt	Pn	Pt	Pn	Pt	Pn
~이다.	~이냐?/~이야?	~이에요./~예요.		~입니다.		~이십니다.	–까?
간다.	가느냐? / 가?	가요.		갑니다.		가십니다.	
온다.	오느냐? / 와?	와요.		옵니다.		오십니다.	
먹는다.	먹느냐? / 먹어?	먹어요.		먹습니다.		드십니다.[3]	
산다.	사느냐? / 사?	사요.		삽니다.		사십니다.	
판다.	파느냐? / 팔아?	팔아요.		팝니다.		파십니다.	
만난다.	만나느냐? / 만나?	만나요.		만납니다.		만나십니다.	–까?
배운다.	배우느냐? / 배워?	배워요.		배웁니다.		배우십니다.	
일한다.	일하느냐? / 일해?	일해요.		일합니다.		일하십니다.	
공부한다.	공부하느냐? / 공부해?	공부해요.	–?	공부합니다.	–까?	공부하십니다.	
아름답다.	아름다우냐? / 아름다워?	아름다워요.		아름답습니다.		아름다우십니다.	
빠르다.	빠르냐? / 빨라?	빨라요.		빠릅니다.		빠르십니다.	
덥다.	더우냐? / 더워?	더워요.		덥습니다.		X	X
게으르다.	게으르냐? / 게을러?	게을러요.		게으릅니다.		게으르십니다.	
부지런하다.	부지런하냐? / 부지런해?	부지런해요.		부지런합니다.		부지런하십니다.	–까?
건강하다.	건강하냐? / 건강해?	건강해요.		건강합니다.		건강하십니다.	
시원하다.	시원하냐? / 시원해?	시원해요.		시원합니다.		X	X
있다.	있느냐? / 있어?	있어요.		있습니다.		계십니다.[4]	–까?
없다.	없느냐? / 없어?	없어요.		없습니다.		안 계십니다.[5]	

[1] Kung ang "요" ay tinanggal, ang lahat ng kolokyal na 존댓말 ay magiging 반말.(가./가?, 와./와?, 먹어./먹어?, 사./사?, 팔아./팔아?, 공부해./공부해?, 아름다워./아름다워?...)

[2] Pt: Paturol, Pn: Pananong

[3] Magalang na salita ng "먹다(kumain)" ay "들다(→ 드신다./드시냐? → 드십니다./드십니까?)".

[4] Magalang na salita ng "있다(manatili)" para sa tao o diyos ay "계시다(→ 계신다./계시냐? → 계십니다./계십니까?)".

[5] Ang "안" ay isang pang-abay na nangangahulugang Hindi o Wala.

* Upang isalin ang 한국어 na may pampanitikan o napakagalang na 존댓말(~ㅂ니다, ~ㅂ니까? ~십니다, ~십니까?) nang walang marangal na titulo(경칭) sa 필리핀어 ay arbitraryong ginagamit ang isang 경칭 sa ginoo, ginang, madam, sir, po o iba pa na nagpapahayag ng paggalang sa mahigpit na relasyon.

* Sa kaso ng kolokyal na 존댓말("~요.", "~요?" o "~요!") nang walang 경칭 ay ginagamit ang po o kayo para sa lolo, lola, itay, inay, tito, tiya, ma'am o iba pa na nagpapahayag ng paggalang sa magiliw na relasyon.

* Ang pampananong 어미(~느냐?) ay kadalasang ginagamit ng matatanda. Sa halip ng "~느냐?", "~ㄴ가?/~는가?" ay ginagamit din ng matatanda.
(가는가?, 오는가?, 파는가?, 공부하는가?, 아름다운가?, 있는가?, 없는가?...)

2 Mga panuntunan para sa 존댓말 at 반말

(1) Ang napakagalang 존댓말 ay mas magalang kaysa sa pampanitikang 존댓말 na mas magalang kaysa sa kolokyal na 존댓말.

(2) Ang 어미(~요) ng kolokyal na 존댓말 ay ginagamit nang sobrang madalas at maginhawa dahil puwedeng magpahiwatig ng paturol(~요.), mapanghikayat(~요), pananong(~요?), pandamdam(~요!) o pautos(~요.).

- 어디 가요?(↗)   Saan kayo pumupunta?

- 시장에 가요.(↘)   Pumupunta po ako sa palengke.

- 빨리 와요.(⇒)   Halikayo nang madali.

- 아빠, 우리 놀러 가요.(↘)   Pumunta tayo para maglaro, itay.

- 엄마, 꽃이 너무 예뻐요!(↘) Kayganda ng bulaklak, inay!

* Ang kolokyal na 존댓말 ay hindi angkop sa kinakausap dapat mong panatilihin ang mataas na respeto, tulad ng di-kilala at nakatatandang tao, ang boss sa kumpanya o ang nakatataas na opisyal sa militar.

(3) Ang napakagalang na 존댓말 ay ginagamit para sa tao at Diyos lang.

(4) Ang 어미 ng 존댓말(~요. ~요? ~ㅂ니다. ~ㅂ니까?) ay ginagamit para sa kinakausap lang.

(5) Ang 어미 ng napakagalang 존댓말(~십니다. ~십니까?) ay ginagamit para sa kinakausap lang, o para sa kinakausap at ika-3 panahunang magkasama.

(6) Sa kaso na ang ika-3 panahunan ay mas bata o ang kanyang posisyon sa trabaho ay mas mababa kaysa sa kinakausap, ang 존댓말 para sa ika-3 panahunan ay hindi ginagamit.

3 Pagbabanghay ayon sa panahunan

(1) Mula sa listahan ng 'Pagbabanghay batay sa bawa't panahunan ng Seksyon 7':

1) Kapag ang 어말어미(~다.) ng 과거시제 ay pinalitan ng "~어./~어?", ang lahat ay binabago sa kolokyal na 반말, at kapag pinalitan ng "~어요./~어요?" sa kolokyal na 존댓말 tulad ng mga sumusunod na halimbawa.

- ~이었다. → ~이었어./-? → ~이었어요./-?
- ~였다. → ~였어./-? → ~였어요./-?
- 갔다. → 갔어./-? → 갔어요./-?
- 왔다. → 왔어./-? → 왔어요./-?
- 먹었다. → 먹었어./-? → 먹었어요./-?
- 건강했다. → 건강했어./-? → 건강했어요./-?

2) Sa parehong paraan, ang mga salita ng 대과거시제 ay nagbabago sa kolokyal na 반말 at 존댓말 tulad ng mga sumusunod na halimbawa.

- ~이었었다. → ~이었었어./-? → ~이었었어요./-?
- ~였었다. → ~였었어./-? → ~였었어요./-?
- 갔었다. → 갔었어./-? → 갔었어요./-?
- 왔었다. → 왔었어./-? → 왔었어요./-?
- 먹었었다. → 먹었었어./-? → 먹었었어요./-?
- 건강했었다. → 건강했었어./-? → 건강했었어요./-?

(2) Mula sa listahan nitong Seksyon 8:

1) Kapag ang 어말어미(~요./~요?) ng bawat isa sa kolokyal na 존댓말 ay pinalitan ng "~ㅆ습니다./~ㅆ습니까?", ang lahat maliban sa 서술격조사 ay nagbabago sa 존댓말 ng 과거시제 tulad ng mga sumusunod na halimbawa.

- 가요./가요? → 갔습니다./갔습니까?
- 와요./와요? → 왔습니다./왔습니까?
- 먹어요./먹어요? → 먹었습니다./먹었습니까?
- 배워요./배워요? → 배웠습니다./배웠습니까?
- 건강해요./건강해요? → 건강했습니다./건강했습니까?
- ~입니다./입니까?(서술격조사) → ~이었습니다./~이었습니까?

2) Para sa 대과거시제 ng lahat ng pampanitikan 존댓말, ang "~었~" ay inilalagay sa harap ng "습니다./습니까?" ng 과거시제.

- 갔습니다./갔습니까? → 갔었습니다./갔었습니까?
- 왔습니다./왔습니까? → 왔었습니다./왔었습니까?
- 먹었습니다./먹었습니까? → 먹었었습니다./먹었었습니까?
- 배웠습니다./배웠습니까? → 배웠었습니다./배웠었습니까?
- 건강했습니다./건강했습니까? → 건강했었습니다./건강했었습니까?
- ~이었습니다./~이었습니까? → ~이었었습니다./~이었었습니까?

3) 과거시제 at 대과거시제 ng napakagalang na 존댓말
① Para sa 과거시제, 어미 ng "~십니다./~십니까?" ay nagbabago sa "~셨(←시었)습니다./~셨습니까?".

- 가십니다./가십니까? → 가셨습니다./가셨습니까?
- 오십니다./오십니까? → 오셨습니다./오셨습니까?
- 드십니다./드십니까? → 드셨습니다./드셨습니까?
- 배우십니다./배우십니까? → 배우셨습니다./배우셨습니까?
- 건강하십니다./건강하십니까? → 건강하셨습니다./건강하셨습니까?
- ~이십니다./~이십니까? → ~이셨습니다./~이셨습니까?

② Para sa 대과거시제, ang "~었~" ay inilalagay sa harap ng "습니다./습니까?" ng 과거시제 sa itaas.

- 가셨습니다./가셨습니까? → 가셨었습니다./가셨었습니까?

- 드셨습니다./드셨습니까? → 드셨었습니다./드셨었습니까?

- ~이셨습니다./~이셨습니까? → ~이셨었습니다./~이셨었습니까?

4 Mga halimbawang 존댓말 at 반말 sa iba't ibang situasyon

(1) Kolokyal o pampanitikan 존댓말 sa kinakausap

- 저는 친구 집에 가요.

  Pumupunta po ako sa bahay ng kaibigan,

- 할아버지, 어디 가세요?

  Lolo, saan kayo pumupunta?

  * Ang "~세요." ay kolokyal na 존댓말.
  - 오십니다./오십니까? → 오세요./오세요?
  - 드십니다./드십니까? → 드세요./드세요?
  - 계십니다./계십니까? → 계세요./계세요
  - 공부하십니다./공부하십니까?. → 공부하세요./공부하세요?

- 엄마, 오늘 영수가 우리 집에 와요.

  Inay, darating po si Yeongsu sa bahay natin ngayon.

- 저의 형은 공장에서 일합니다.

  Ang kuya ko ay nagtatrabaho sa pagawaan, Ginoo.

- 기택이는 창고에서 일하고 있습니다.

  Si Gitaek ay nagtatrabaho sa bodega, sir.

- 순자는 집에 없습니다.

  Si Sunja po ay wala nasa bahay, Ginang.

- 비행기는 기차보다 더 빨라요?

  Ang eruplano po ba ay mas mabilis kaysa sa tren?

  – 예, 더 빠릅니다./빨라요.

    Opo, mas mabilis.

- 아니요. 더 느려요./느립니다(→느리다/mabagal).

  Hindi po, mas mabagal.

  * Ang "보다" ay 부사격조사 na nangangahulugang Kaysa.(☞ Seksyon 15)

  * Ang "더" ay 부사 na nangangahulugang Mas o Lalo at tumuturing sa sumusunod na 형용사, 관형사 o 부사.

(2) 반말 sa kinakausap

- 너는 지금 어디 있느냐?/있어?

  Nasaan ka?

- 나는 이 시장에서 과일을 사./산다.

  Bumibili ako ng prutas sa palengkeng ito.

- 그는 매우 부지런해./부지런하다.

  Sobrang masipag siya.

- 나는 지금 학교에서 공부하고 있다./있어.

  Ako ay nag-aaral sa paaralan ngayon.

- 순자는 교실에 없다./없어.

  Si Sunja ay wala sa silid-aralan.

- 그 나라는 더워?/더우냐?

  Mainit ba ang bansang iyan?

- 철수는 열심히 공부하고 있어?

  Nag-aaral ba si Cheolsu nang mabuti?

  - 응, 열심히 공부하고 있어.

    Oo, nag-aaral nang mabuti.

  - 아니, 열심히 공부 안 해.

    Hindi, hindi nag-aaral nang mabuti.

(3) Napakagalang 존댓말 sa kinakausap

- 선생님, 어디 가십니까?

  Guro, saan po kayo pupunta?

- 안녕히 주무십시오(←주무시다).

  Matulog po nang maayos.

  * Ang "주무시다" ay isang magalang na salita ng "자다(tulog)".

- 안녕히 주무셨습니까?

  Nakatulog po ba kayo ng maayos?

- 테니스를 매우 잘 치십니다(←치다).

  Mahusay po kayong maglaro ng tennis.

(4) Pampanitikan 존댓말 sa kinakausap at napakagalang 존댓말 sa ika-3 panauhan

- 저의 선생님이 저희 집에 오십니다.

  Dumarating ang titser ko sa bahay natin, Ginoo.

- 저의 어머니는 집에 계십니다.

  Ang ina ko ay nananatili sa bahay, Ginang.

- 교장선생님은 학교에 안 계십니다.

  Ang punong guro ay wala sa paaralan, Ma'am.

- 저의 아버지는 지금 농장에서 일하고 계십니다.

  Nagtatrabaho ang ama ko sa bukid ngayon, sir.

- 저 할아버지는 정말 부지런하십니다.

  Ang lolong iyon ay totoong masipag, madam.

- 사장님은 지금 사무실에 계십니까?

  Nandiyan ba ang presidente nasa opisina ngayon, sir?

  - 예, 계십니다.

    Opo, nandiyan siya.

  - 아니요. 안 계십니다.

    Hindi po, wala siya.

(5) 반말 sa kinakausap at napakagalang 존댓말 sa ika-3 panauhan

  ○ Ang 반말 of "~십니다." ay nagbabago tulad ng sumusunod.

  - (동사)~십니다.: ~신다./~시냐?, ~셔./~셔?
  - (형용사)~십니다.: ~시다.'~시냐?, ~셔./~셔?
  - (서술격조사)~이십니다.: ~이시다./~이시냐?, ~이셔./~이셔?

- 나의 선생님이 우리 집에 오신다./오셔.

  Dumarating ang titser ko sa bahay natin.

- 나의 어머니는 집에 계신다./계셔.

  Ang ina ko ay nananatili nasa bahay.

- 저분이 우리 학교 교장선생님이시다./이셔.

  Ang taong yun ay punong guro ng paaralan namin.

- 나의 아버지는 지금 농장에서 일하고 계신다./계셔.

  Nagtatrabaho ang ama ko sa bukid ngayon.

- 저 할아버지는 정말 부지런하시다./부지런하셔.

  Ang lolong iyon ay totoong masipag.

- 사장님은 지금 사무실에 계셔?

  Nandiyan ba ang presidente sa opisina ngayon?

  - 응, 계셔.

    Oo, nandiyan siya.

  - 아니, 안 계셔.

    Hindi, wala siya.

5 Mga 용언 na pantangi para magalang

용언		현재시제	과거시제	미래시제
Magalang	Karaniwan			
들다	먹다(kumain) 마시다(uminom)	드신다	드셨다	드실 것이다 드시겠다
드리다	주다(ibigay)	드린다	드렸다	드릴 것이다 드리겠다
주무시다	자다(matulog)	주무신다	주무셨다	주무실 것이다 주무시겠다
편찮으시다	아프다(masakit)	편찮으시다	편찮으셨다	편찮으실 것이다 편찮으시겠다
돌아가시다	죽다(mamatay)	X	돌아가셨다	돌아가실 것이다
타계하시다		X	타계하셨다	타계하실 것이다

모시다	안내하다(ihatid) 돌보다(mag-alaga)	모신다	모셨다	모실 것이다 모시겠다
계시다	있다(manatili)	계신다	계셨다	계실 것이다 계시겠다
말씀하시다	말하다 (magsabi, sabihin)	말씀하신다	말씀하셨다	말씀하실 것이다 말씀하시겠다
말씀드리다		말씀드린다	말씀드렸다	말씀드릴 것이다 말씀드리겠다
뵈다	보다/만나다(makita)	뵌다	뵈었다	뵐 것이다 뵙겠다

* Salitang-mapagpakumbaba(겸양어) ay ginagamit para sa kumakausap upang maging mapagpakumbaba at upang ipahayag ang paggalang sa kinakausap o sa ika-3 panauhan. Ang "~겠~" para sa 미래시제 ng 겸양어 ay nagpapahiwatig ng 의지미래.

• 할아버지는 지금 방에서 주무시고 계십니다.

Ang lolo po ay natutulog sa kuwarto ngayon.

* Ang "~고 계십니다." na progresibong pangkasalukuyan ay pagpapahayag ng paggalang ng "~고 있습니다.".

* Ang "주무시고 계신다." ay pagpapahayag ng paggalang sa "할아버지" na ikatlong panao at ang "~ㅂ니다." ng "계십니다." ay pagpapahayag ng paggalang sa ikalawang panao.

• 할머니, 과일 드시겠어요?

Lola, kakainin ninyo po ba ang prutas?

• 나는 아버지를 모시고 학교에 갔다.

Hinatid ko ang aking ama sa paaralan.

* Ang "~고" ay isang 어미 na pang-ugnay para sa 용언.(☞ Seksyon 21, 22)

* Ang "~에" ay isang 부사격조사 na panggawi.(☞ Seksyon 15)

• 저는 아버지를 모시고 학교에 갔습니다.

Hinatid ko po ang aking ama sa paaralan.

• 어제 외할아버지가 돌아가셨습니다./타계하셨습니다.

Kahapon po ay namatay ang lolo ko sa ina.

• 나는 내일 선생님에게 이 책을 드리겠다.

Magbibigay ako ng aklat na ito sa titser bukas.

* Ang "~에게" ay isang 부사격조사 na nagpapahiwatig ng direksiyon sa datibong layong may puso(tao o hayop). Kapag walang puso, ginagamit ang "~에".

- 나는 꽃밭에 물을 주었다.

  Diniligan ko ang hardin ng bulaklak.

- 나는 고양이에게 물을 주었다.

  Binigyan ko ang pusa ng tubig.

• 나는 그저께 아버지에게 용돈을 드렸다.

  Ibinigay ko ang baong pera sa ama ko kamakalawa.

• 사장님이 내일 오시겠다고 말씀하셨어요.

  Sinabi po ng presidente na darating siya bukas.

  * Ang "~고" ng " 오시겠다고" ay 부사격조사 para sa pagsiping di-tuwirwn.(☞ Seksyo15)

• 저는 내일 선생님을 뵙고 인사하겠습니다.

  Bukas po ay makikita ko at babatiin ang titser.

  * Ang "~고" ng " 뵙고" ay isang salitang-katapusang pang-ugnay na nagpapahiwatig ng paraan.(☞ Seksyon 21)

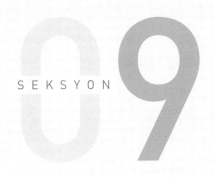

Pagbubukod ng Pangungusap
(문장의 분류)

Ang mga pangungusap ng 한국어 ay maaaring bukurin sa limang uri batay sa 어미 na pangkonklusyon(종결어미) ng panaguri.

1) Pangungusap na paturol: 평서문

2) Pangungusap na pananong: 의문문

3) Pangungusap na pautos: 명령문

4) Pangungusap na mapanghikayat: 청유문

5) Pangungusap na pandamdam: 감탄문

Ang 평서문 ay pangungusap na naghahayag lamang ng katotohanan, tunay na nangyari, balita, atbp. ang taong kumakausap sa kinakausap nang walang kahilingan o katanungan.

- 영수는 책을 읽는다.
  Bumabasa si Yeongsoo ng aklat.

- 그 영화는 아주 재미있다.
  Ang pelikulang iyan ay sobrang kawili-wili.

- 날씨가 너무 추워요.
  Ang panahon po ay masyadong malamig.

- 요즈음 경제가 좋아지고 있다.
  Sa mga araw na ito ay bumubuti ang ekonomiya.

- 저는 불어를 전공합니다.
  Ako po ay nagmemedyor ng Pranses.

- 할머니는 매우 건강하십니다.
  Ang lola po ay sobrang malusog.

- 저는 한국말을 할 수 있습니다.
  Puwede po akong magsalita ng wikang Koreano.

- 그는 필리핀어를 열심히 공부하고 있다.
  Siya ay nag-aaral ng wikang Filipino nang mabuti.

- 어젯밤에 시내에서 화재가 발생했습니다.
  Kagabi po nangyari ang sunog sa bayan.

- 대한민국은 민주주의 국가이다.
  Ang Republika ng Korea ay demokratikong bansa.

Ang 의문문 ay nahahati sa Oo/Hindi(예/아니오) 의문문 na nangangailangan ng sagot ng Oo(예) o Hindi(아니오) at salitang-pananong(의문사) 의문문 na ginagamit ang 의문사(의문대명사, 의문부사) o Paunang-pangngalang pananong.

(1) 예/아니오 의문문: Sa dulo ng pangungusap, nagtataas ng tunog.

- 밥 먹었어?(⤴)
  Kumain ka na ba?

  - 응, 벌써 먹었어.(⤵)
    Oo, kumain na.

  - 아니, 아직 안 먹었어.(⤵)
    Hindi, hindi pa ako kumain.

- 저 영화 재미있어요?
  Kawili-wili po ba ang pelikulang iyon?

  - 예, 재미있어요.
    Opo, kawili-wili.

  - 아니요, 재미있지 않아요./재미없어요.
    Hindi po, hindi kawili-wili.

- 공항은 가깝습니까?
  Malapit po ba ang paliparan?

  - 예, 가깝습니다.
    Opo, malapit.

  - 아니요, 가깝지 않습니다.
    Hindi po, hindi malapit.

- 맛있게 드셨습니까?
  Kumain po ba kayo nang masarap?

  - 예, 맛있게 먹었습니다.
    Opo, kumain nang masarap.

  - 아니요, 맛있게 먹지 않았습니다.
    Hindi po, hindi kumain nang masarap.

○ Kasagutan ng Oo at Hindi

	반말	존댓말
Oo	응. / 그래.	예.
Hindi	아니.	아니요. * Kolokyal
	아니야. * Magbigay-diin ng pagtanggi	아닙니다. * Pampanitikan

(2) 의문사 의문문: Sa dulo ng pangungusap, nagtataas o nagbababa ng tunog nang konti.

한국어	필리핀어	Halimbawang Pangungusap(예문)
누구/누	Sino	당신은 누구입니까? Sino po kayo, sir? 너는 누구에게 전화했느냐? Sinong tinawagan mo? 누가 너에게 전화했어? Sinong tumawag sayo?
무엇	Ano	이것은 무엇이에요? Ano po ito? 지금 무엇을 하고 계십니까? Ano po ang ginagawa ninyo ngayon?
무슨	Ano	무슨 음식을 좋아해? Ano ang pagkaing gusto mo? 무슨 생각을 하고 있어요? Anong iniisip ninyo? 그것은 무슨 책이냐? Anong libro yan?
어떤	Anong klase	어떤 옷을 원하세요? Anong klaseng damit ang gusto ninyo? 그는 어떤 사람입니까? Anong klaseng tao siya, Ginoo?
어느	Alin	어느 것이 너의 책이냐? Alin ang aklat mo? 어느 차가 당신 것입니까? Aling kotse po ang sa inyo? * 것: Pangngalang di-kumpleto(☞ Seksyon 14)

몇	Ilan	하루에 몇 시간 일해요? Ilang oras kayo nagtatrabaho? 필리핀에 몇 번 가셨(← 시었)습니까. Ilang beses kayo pumunta sa Pilipinas, Ginoo?
몇째, 몇 번째	Ika-ilan	너는 몇째 아들이냐? Ika-ilang anak na lalaki ka? 저는 둘째 아들입니다. Pangalawa akong anak, sir. 그는 몇 번째로 도착했어? Ano ang ika-ilang pagdating niya? * Ang "~로" ay 부사격조사 na nagpapahiwatig ng paraan.
언제	Kailan	우리는 언제 출발해? Kailan tayo aalis? 선생님, 한국은 언제 통일될 것 같습니까? Sir, kailan sa tingin ninyong papag-isahin ang Korea?
어디	Saan Nasaan	철수야, 어디로 가느냐? Cheolsu, saan ka pumupunta? 엄마, 제 모자는 어디에 있어요? Nasaan ang sumbrero ko, nanay? *~로, ~에: 부사격조사
어떻게	Paano	그는 어떻게 학교에 갑니까? Paano siya pupunta sa paaralan, madam? 이 문제는 어떻게 풀어요? Paano ninyo malulutas ang problemang ito?
왜	Bakit	왜 영어를 공부해요? Bakit kayo nag-aaral ng Ingles? 교수님, 한국은 왜 아직 통일을 못했습니까? Bakit hindi pa pinag-isa ang Korea, Professor?
얼마나	Gaano	학교는 얼마나 멀어요? Gaano po kalayo ang paaralan? 기차로 얼마나 걸려? Gaano katagal sa pamamagitan ng tren?
얼마	Magkano	이 신발은 얼마예요? Magkano po ang sapatos na ito? 이 시계는 얼마에 샀어? Magkano ang binayaran mo para sa relong ito?

(3) 어미 na pananong ng "~나요?" at "~ㄴ가요?"

Ang mga 어미 na ito ay ginagamit nang nakaugaliang kolokyal 존댓말 na
bumababa ang intonasyon nang kaunti sa dulo.

① (동사, 있다/없다)~나요?

- 우리는 언제 식사하나요?(= 식사해요?)
  Kailan po tayo kakain?

- 저는 내일 학교에 가나요?(= 가요?)
  Pupunta po ako sa paaralan bukas?

- 그 소식을 믿어도 되나요?(= 돼요?)
  Maaari ko po bang paniwalaan ang balitang iyon?

- 영수는 언제 오나요?(= 와요?)
  Kailan po darating si Yeongsu?

- 누가 교실에 있나요?(= 있어요?)
  Sino po ang nasa silid aralan?

- 해변에 사람이 없나요?(= 없어요?)
  Wala po bang tao sa aplaya?

② (형용사, 서술격조사)~ㄴ가요?

- 선생님의 여자 친구는 예쁜가요?(= 예뻐요?)
  Maganda po ba ang kasintahan ng guro?

- 그 일은 힘든가요?(= 힘들어요?)
  Mahirap po ba ang trabahong iyon?

- 영수는 학생인가요?(= 학생이에요?)
  Estudyante po ba si Youngsoo?

- 저 사람은 누구인가요?(= 누구예요?)
  Sino po ang taong iyon?

(4) Salitang-katapusang pananong na "(어간)~ㄹ까(요)?"

"(어간)~ㄹ까(요)?" ay kolokyal ding ginagamit nang napakadalas pag tanong
ng kumakausap sa paghuhula.

- 저 옷은 비쌀까(← 비싸다)?

  Sa tingin mo ba mahal ang damit na iyon?

- 선생님의 여자 친구는 예쁠까요(← 예쁘다)?

  Sa tingin ninyo ba maganda ang girlfriend ng guro?

- 영수는 학생일까(← 학생이다)?

  Sa tingin mo ba estudyante si Yeongsu?

- 지금 교실에 학생들이 있을까요(← 있다)?

  Sa tingin ninyo ba may mga estudyante ngayon sa silid-aralan?

- 영수는 언제 도착할까요(← 도착하다)?

  Kailan sa tingin ninyo darating si Yeongsu?

- 내일 비가 올까(← 오다)?

  Nahulaan mo ba uulan bukas?

(5) 어미 na pananong na "(어간)~니?"

"(어간)~(이)니?" ay kolokyal ding ginagamit nang napakadalas kapag nagtatanong nang mas mabait at mabini kaysa sa "~(ㄹ)까?", "~아/어?", "~느냐?" at "~는가/ㄴ가?" na mga salitang-katapusang pampananong na walang-galang. Bahagyang humihila at bumababa ang intonasyon sa dulo ng pangungusap.

- 뭐 하니(← 하다)?: Ano ang ginagawa mo?
- 어디 가니(← 가다)?: Saan ka pupunta?
- 오늘은 무슨 날이니(← 날이다)?: Anong araw ngayon?
- 왜 늦었니(← 늦다)?: Bakit ka nahuli?
- 영수는 착하니(← 착하다)? : Mabait ba si Yeongsu?

Ang 명령문 ay may 6 uri ng 어미 ng 동사 na pampautos sa kinakausap.

halimbawa (부정사)	뜻	존댓말 napaka-galang ~(으)십시오.	존댓말 kolokyal ~(으)세요.[6]	존댓말 pampanitikan ~(으)시오.[6]	반말 ~아(~어)./~아(~어)라./~게.[5]
가다 [1]	pumunta	가십시오.	가세요.	가시오.	가./가거라./가게.
오다 [2]	dumating	오십시오.	오세요.	오시오.	와./오너라./오게.
주다	magbigay	주십시오.	주세요.	주시오.	줘./주어라./주게.
앉다	umupo	앉으십시오.	앉으세요.	앉으시오.	앉아./앉아라./앉게
일어서다	tumayo	일어서십시오.	일어서세요.	일어서시오.	일어서./일어서라./일어서게.
읽다	bumasa	읽으십시오.	읽으세요.	읽으시오.	읽어./읽어라./읽게.
파다	humukay	파십시오.	파세요.	파시오.	파./파라./파게.
하다 [3]	gumawa	하십시오.	하세요.	하시오.	해./해라./하게.
묻다	magbaon	묻으십시오.	묻으세요.	묻으시오.	묻어./묻어라./묻게.
엎드리다	dumapa	엎드리십시오.	엎드리세요.	엎드리시오.	엎드려./엎드려라./엎드리게.
세우다	magtayo	세우십시오.	세우세요.	세우시오.	세워./세워라./세우게.
방문하다 [3]	dumalaw	방문하십시오.	방문하세요.	방문하시오.	방문해./방문해라./방문하게.
질문하다 [3]	magtanong	질문하십시오.	질문하세요.	질문하시오.	질문해./질문해라./질문하게.
보여 주다[4]	ipakita	보여 주십시오.	보여 주세요.	보여 주시오.	보여 줘./보여 주어라./보여 주게.
읽어 주다 [5]	basahan	읽어 주십시오.	읽어 주세요.	읽어 주시오.	읽어 줘./읽어 주어라./읽어 주게.

*[1] 거라-불규칙동사(pandiwang iregular)

*[2] 너라-불규칙동사

*[3] 여-불규칙동사(해 ← 하여)

*[4] Ang "~아/어 주다(maglingkod)" ay isang pandiwang pantulong(보조동사) na sumusunod sa pangunahing 동사. * 보조동사 at 불규칙동사 ☞ Seksyon 16

*5 "~게." ay palakaibigan ngunit pormal na pagpapahayag na ginagamit ng matanda sa kabataan.

*6 "~(으)세요." ay palakaibigan, ngunit "~(으)시오." ay pormal at mahigpit.

- 여기 앉으십시오.

  Umupo po kayo rito.

- 여권을 보여 주세요.

  Ipakita ninyo ang pasaporte.

- 이리 와.

  Halika.

- 저리 가.

  Umalis ka riyan.

- 잠깐만 기다리세요.

  Maghintay lang kayo sandali.

- 차가운 물 한 잔 주세요.

  Bigyan ninyo ako ng isang baso ng tubig na malamig.

- 모두 일어서 주십시오.

  Tumayo po kayong lahat.

- 땅을 깊게 파라.

  Hukayin mo ang lupa nang malalim.

- 소파에 앉으십시오.

  Umupo po kayo sa sopa.

- 매일 성경을 읽어라.

  Bumasa ka ng bibliya araw-araw.

- 박 군, 이 일은 자네가 하게.

  Park, pakigawa mo ang trabahong ito.

Ang 청유문 ay pangungusap na hinihikayat ng kumakausap ang kinakausap para sa pakikisama. "우리(tayo)", "함께(magkasama)" o "같이(sabay-sabay)" ay puwedeng gamitin magkasama upang magbigy-diin ng kombiksiyon sa 청유문.

Halimbawa (부정사)	반말	존댓말		
		kolokyal	pampanitikan	Napakagalang
	~자.	~아요./~어요	~ㅂ시다.	~(으)십시다.
타다 (sumakay)	타자.	타요.	탑시다.	타십시다.
가다 (pumunta)	가자.	가요.	갑시다.	가십시다.
걷다 (lumakad)	걷자.	걸어요.	걸읍시다.	걸으십시다.
일어나다 (bumangon)	일어나자.	일어나요.	일어납시다.	일어나십시다.
세우다 (magtindig)	세우자.	세워요.	세웁시다.	세우십시다.
먹다 (kumain)	먹자.	먹어요.	먹읍시다.	드십시다.
돕다 (tumulong)	돕자.	도와요.	도웁시다.	도우십시다.
달리다 (tumakbo)	달리자.	달려요.	달립시다.	달리십시다.
버리다 (magtapon)	버리자.	버려요.	버립시다.	버리십시다.
산책하다 (mamasyal)	산책하자.	산책해요.	산책합시다.	산책하십시다.
결혼하다 (magpakasal)	결혼하자.	결혼해요.	결혼합시다.	X

• 우리 결혼하자.

Magpakasal tayo.

• 점심으로 삼계탕을 먹읍시다.
  Kumain po tayo ng Samgyetang bilang tanghalian.

• 오후에 우리 산책하십시다.
  Mamasyal po tayo mamayang hapon, Madam.

• 그만 자고 일어나자.
  Magtapos tayo ng tulog at bumangon.

• 헌옷을 버립시다.
  Itapon po natin ang lumang damit.

• 함께 가난한 사람들을 도웁시다.
  Magkakasama po nating tulungan ang mahihirap.

• 저기까지 같이 달리자.
  Magkasama tayong tumakbo hanggang doon.

• 함께 크게 웃어요.
  Sabay po tayong tumawa nang malakas.

• 우리 손잡고 걷자.
  Lumakad tayo nang hawak-kamay.

• 함께 택시를 타요.
  Magtaksi po tayo nang magkasama.

5 감탄문

Ang 감탄문 ay nagpapahayag ng emosyonal at pisikal na pakiramdam.
Para magbigay-diin ng damdamin sa 감탄문 ay ginagamit ang mga
sumusunod na pang-abay; 아주(sobra), 무척(sobra), 매우(sobra), 정말(talaga),
진짜(totoo), 굉장히(grabe), 대단히(lubha), 너무(masyado), 참(talaga), 되게(sobra),
atbp.
Ngunit hindi kinakailangan na palaging ilagay ang marka ng tandang
pandamdam(!) sa dulo ng 감탄문, kung ang pakiramdam ay hindi gaanong
kalakas.

(1) 어미 para sa 감탄문

Halimbawa (부정사)	반말				존댓말(kolokyal)	
	~(는)구나!	~(는)군!	~네!	~아라!/어라!	~(는)군요!	~네요!
예쁘다, 아름답다 (maganda)	예쁘구나!, 아름답구나!	예쁘군!, 아름답군!	예쁘네!, 아름답네!	예뻐라!, 아름다워라!	예쁘군요!, 아름답군요!	예쁘네요!, 아름답네요!
맛있다 (matamis)	맛있구나!	맛있군!	맛있네!	맛있어라!	맛있군요!	맛있네요!
어렵다 (mahirap)	어렵구나!	어렵군!	어렵네!	어려워라!	어렵군요!	어렵네요!
(피아노를)치다 (magpyano)	나는구나!	나는군!	나네!	X	나는군요!	나네요!
잘하다 (gumawa ng mabuti)	잘하는구나!	잘하는군!	잘하네!	X	잘하는군요!	잘하네요!
변하다 (magbago)	변하는구나!	변하는군!	변하네!	X	변하는군요!	변하네요!
고생하다 (mahirapan)	고생하는 구나!	고생하는군!	고생하네!	X	고생하는 군요!	고생하네요!

* Sa kaso ng 동사, "~(아)라!/~(어)라!" ay hindi naaangkop.
* Ang "~구나!" at "~군요!" ay para sa 형용사 at 서술격조사.
* Ang "~는구나!" at "~는군요!" ay para sa 동사.
* 어미 ng pampanitikan at napakagalang na 존댓말(~ㅂ니다! at 십니다!) ay maaaring gamitin sa 감탄문 kasama ang tandang pandamdam(!).

• 아이고, 어려워라!
  Ay naku! Mahirap!

• 이 빵은 정말 맛있군요!
  Talaga pong masarap ang tinapay na ito!

• 네 딸은 무척 예쁘구나!
  Sobrang maganda pala ang anak na babae mo!

• 저 사람은 마음이 너무 쉽게 변하는군.
  Nagbabago ang isip ng taong iyon nang masyadong madali.

• 그 질문은 너무 어렵네요.

Masyadong mahirap po ang katanungang iyan.

- 영수는 피아노를 아주 잘 치는구나.
  Si Yeongsu ay tumutugtog ng piyano nang sobrang mabuti.

- 저 분은 시장님이시군요./시장님이시네요.
  Ang tao pong iyon ay ang alkalde.

- 한국말을 진짜 잘하십니다!/잘하시는군요!/잘하시네요!
  Totoo pong magaling kayong nagsasalita ng wikang Koreano, Madam!

- 사업 때문에 무척 고생하십니다!/고생하시는군요!/고생하시네요.!
  Sobrang nahihirapan kayo dahil sa negosyo, Ginoo!

- 강 사장님, 영어가 매우 유창하십니다.!/유창하시군요!/유창하시네요!
  Presidente Kang, napakahusay ang Ingles ninyo!

* "~시군요!/~시네요!" para sa 형용사/서술격조사 at "~시는군요!/~시네요!" para sa 동사 ay ginagamit bilang napakagalang na 존댓말 sa 감탄문. (예쁘시군요!/예쁘시네요!, 치시는군요!/치시네요!.....)

(2) 감탄문 sa pamamagitan ng 평서문

Ang 평서문 ay maaaring magamit bilang 감탄문 sa pamamagitan ng pagdaragdag ng salitang pandamdam sa ulo ng pangungusap kasama isa sa mga pang-abay na iniisa-isa sa itaas.

- 와, 이 사과 정말 크다!
  Grabe! Talagang malaki ang mansanas na ito!

- 우와, 영숙이는 노래를 참 잘한다!
  Wow! Si Yeongsuk ay kumakanta nang talagang mabuti!

- 어머, 정말 큰일이에요!
  Ay naku! Sobra pong malaking nangyari!

SEKSYON

10

SEKSYON

Pangungusap na Patanggi
(부정문)

Ang anyong patanggi ng 서술격조사 ay "~이/가 아니다." .

- 이것은 집이다. → 이것은 집이 아니다.

  Ito ay bahay. → Ito ay hindi bahay.

- 저것은 소나무다. → 저것은 소나무가 아니다.

  Iyon ay puno ng pino. → Iyon ay hindi puno ng pino.

♣ **Kapag walang 받침자음 sa huling pantig ng 체언, ang 서술격조사 na patanggi ay "~가 아니다.", pero kapag meron 받침자음 ay "~이 아니다.". Ang banghay ng "아니다(hindi)" ayon sa mga antas ng 높임표현 para sa bawat panahunan ay ang mga sumusunod.**

Panahunan	반말	존댓말		
		kolokyal	pampanitikan	napakagalang
현재시제	아니./아니다./아니야.	아니에요.	아닙니다.	아니십니다.
과거시제	아니었다./ 아니었어.	아니었어요.	아니었습니다.	아니셨습니다.
미래시제☞	아닐 것이다./ 것이야.	아닐 거예요.	아닐 것입니다.	아니실 것입니다.

☞ Kung walang salita na nagpapahiwatig ng 미래시제 sa pangungusap, ang mga negatibong 서술격조사 na ito ay nagpapapahayag ng hula sa 현재시제.

- 저는 영호예요. → 저는 영호가 아니에요.

  Ako po ay si Yeongho. → Ako po ay hindi si Yeongho.

- 저 학생은 영철이 아닙니까?

  Ang estudyanteng iyon po ba ay hindi si Yeongcheol?

  - 예, 그는 영철이 아닙니다.

    Opo, hindi siya si Yeongcheol.

  - 아닙니다. 그는 영철입니다.

    Hindi po, si Yeongcheol siya.

- 그 학생은 박 영만이에요. → 그 학생은 박 영만이 아니에요.

  Ang estudyanteng iyan po ay si Yeongman Park.

→ Ang estudyanteng iyan po ay hindi si Yeongman Park.

• 저 사람은 경찰관이냐?

Ang taong iyon ba ay pulis?

 - 응, 저 사람은 경찰관이야.

 Oo, ang taong iyon ay pulis.

 - 아니, 경찰관이 아니야.

 Hindi, hindi pulis.

• 저것은 책상입니까?

Iyon po ba ay mesa?

 - 아닙니다. 저것은 책상이 아닙니다.

 Hindi po, hindi mesa iyon.

 - 예, 저것은 책상입니다.

 Opo, mesa iyon.

• 저분은 시장님이시다. → 저 분은 시장님이 아니시다.

Ang taong iyon ay alkalde ng lungsod.

 → Ang taong iyon ay hindi alkalde ng lungsod.

• 이 분은 저희 회사 사장님이십니다.

 → 이 분은 저희 회사 사장님이 아니십니다.

Ito po ay presidente ng kompanya natin.

 → Ito po ay hindi presidente ng kompanya natin.

• 내일 그 학생이 가는(→ 가다) 곳은 도서관이 아닐 것이다.

 Ang lugar na pupuntahan ng estudyante bukas ay hindi ang silid-aklatan.

 * Ang "가는" na nagmula sa "가다(pumunta)" ay isang paunang-pangngalang-
 diwa(☞ Seksyon 13)

2 용언 na patanggi

Ang 부정문 na ginagamit ang 용언 ay hinahahati ng 안-부정문 at 못-부정문.

(1) 안-부정문

Ang 안-부정문 ay hinahahati ulit ng Maikling 안-부정문 at Mahabang 안-부정문 na may parehong kahulugan.

① 안-부정문 gamit ang 동사

- 나는 학교에 간다.

  Ako ay pumupunta sa paaralan.

  - 나는 학교에 안 간다.
    (Maikling 안-부정문 gamit ang 부사 na "안(hindi)")

  - 나는 학교에 가지 않는다.
    (Mahabang 안-부정문 gamit ang 보조동사 na "~지 않다." ☞ Seksyon 16)
    Hindi ako pumupunta sa paaralan.

♣ **Ang banghay ng "않다(hindi gumawa)" ayon sa mga antas ng 높임표현 para sa bawat panahunan ay ang mga sumusunod.**

Panahunan	반말	존댓말		
		colloquial	literary	high-honorific
현재시제	않는다./않아.	않아요.	않습니다.	않으십니다.
과거시제	않았다./않았어.	않았어요.	않았습니다.	않으셨습니다.
미래시제 ☞	않을 것이다./ 것이야.	않을 거예요.	않을 것입니다.	않으실 것입니다.

☞ Sumangguni sa puna ng 미래시제 ng "아니다.".

- 너는 학교에 안 가니?

  Ikaw ba ay hindi pupunta sa paaralan?

- 예. 가지 않을 거예요.

  Opo, hindi ako pupunta.

- 아니요. 갈 거예요.

  Hindi, pupunta ako.

- 저는 학교에 안 가요./저는 학교에 가지 않아요.

  Hindi po ako pumupunta sa paaralan.

- 나는 학교에 안 갈 것이다./나는 학교에 가지 않을 것이다.

  Hindi ako pupunta sa paaralan.

♣ **Ang Maikling 안-부정문 ay hindi puwedeng ginagamit sa "~하다"-동사. (예: 공부하다/mag-aral, 일하다/magtrabaho)**

- 안 공부한다.(X) → 공부하지 않는다.(O)

- 안 일했어요.(X) → 일하지 않았어요.(O)

② 부정문 gamit ang 형용사

- 오늘은 덥다.

  Mainit ngayon.

- 오늘은 안 덥다.(Maikling 안-부정문 gamit ang "안")

- 오늘은 덥지 않다.[Mahabang 안-부정문 gamit ang 보조형용사 na "~지 않다(현재시제: 않다.)" ☞Section 17

  Hindi mainit ngayon.

♣ **Ang banghay ng "않다" bilang 보조형용사 ay kapareho ng 보조동사 sa itaas maliban sa 반말 sa 현재시제(않는다./않아. → 않다./않아).**

- 오늘은 안 더워요./오늘은 덥지 않아요.

  Hindi po mainit ngayon.

- 어제는 안 더웠습니다./어제는 덥지 않았습니다.

  Hindi mainit kahapon, Ginoo.

- 내일은 안 더울 것이다./내일은 덥지 않을 것이다.

  Hindi mainit bukas.

(2) 못-부정문

Ang 못-부정문 din ay hinahahati ng Maikling 못-부정문 at Mahabang 못-부정문
na may parehong kahulugan.

① 못-부정문 gamit ang 동사 upang magpahayag ng kawalan ng kakayahan
   sa paggawa

   • 나는 수영을 못한다.[Maikling 못-부정문 gamit ang pang-abay na "못(hindi
     puwede)"]
   나는 수영을 하지 못한다.[Mahabang 못-부정문 gamit ang 보조동사 na "~지
   못하다(현재시제: 못한다.)"]
   Hindi ako puwedeng lumangoy.

   • 저는 자전거를 못 탑니다./ 저는 자전거를 타지 못합니다.
     Hindi po ako puwedeng magbisikleta.

♣ **Ang banghay ng "못하다(hindi puwede)" ayon sa mga antas ng 높임표현**
  para sa bawat panahunan ay ang mga sumusunod.

Panahunan	반말	존댓말		
		kolokyal	pampanitikan	napakagalang
현재시제	못한다./못해.	못해요.	못합니다.	못하십니다.
과거시제	못했다./못했어.	못했어요.	못했습니다.	못하셨습니다.
미래시제☞	못할 것이다./것이야.	못할 거예요.	못할 것입니다.	못하실 것입니다.

☞ Sumangguni sa puna ng 미래시제 ng "아니다.".

♣ **Ang Maikling 못-부정문 din ay hindi puwedeng ginagamit sa "~하다"-**
  동사(공부하다/mag-aral, 일하다/magtrabaho).
   • 못 공부합니다.(X) → 공부하지 못합니다.(O)
   • 못 일할 거예요.(X) → 일하지 못할 거예요.(O)

② 못-부정문 gamit ang 형용사 upang ipahayag ang kakulangan sa isang bagay

- 그는 유능하지(→ 유능하다) 못하다.(Mahabang 못-부정문 gamit ang 보조형용사 na "~지 못하다")
  Siya ay kulang sa kakayahan.

- 물이 맑지(→ 맑다) 못합니다. → Ang tubig po ay kulang sa linaw.
  * Sa kaso ng 형용사, walang Maikling 못-부정문, at ang banghay ng "못하다" bilang 보조형용사 ay kapareho ng 보조동사 sa itaas maliban sa 반말 sa 현재시제(못한다./ 못해. → 못하다./못해.).

3 명령문 na patanggi(부정명령문) at 청유문 na patanggi(부정청유문)

Upang ipahayag ang pagtanggi sa 명령문 at 청유문 ay ginagamit ang 보조동사 na "(동사)~지 말다".

♣ **Pagbabago ng 어미 ng "말다"**

		부정명령문	부정청유문
반말		마. 마라./말아라./말게.(Mas malumanay kaysa "마.")	말자.
존댓말	kolokyal	마세요./말아요.	말아요.
	pampanitikan	마시오.	맙시다.
	napakagalang	마십시오.	마십시다.

(1) 부정 명령문

- 수영장에 들어가지 마./마라./말아라./말게.
  Huwag kang pumasok sa languyan.

- 여기서 담배를 피우지 마세요./마시오(Mas mahigpit kaysa "마세요.").
  Huwag kayong magsigarilyo rito.

- 사무실에서 술을 마시지 마십시오.

  Huwag po kayong uminom ng alak sa opisina, mga Ginoo.

- 밖으로 나가지 마.

  Huwag kang lumabas.

- 여보, 눈물을 흘리지 말아요.

  Huwag kang lumuha, asawa ko!

  * Ang "여보" ay ginagamit ng mag-asawa pag tawagan ang isa't isa.

♣ **Para sa paunawa ay ginagamit ang "~금지(bawal)"**

- 수영금지: Bawal Lumangoy

- 흡연금지: Bawal Magsigarilyo

- 외출금지: Bawal Lumabas

- 소변금지: Bawal Umihi

- 취사금지: Bawal Magluto

- 쓰레기 무단투기 금지: Bawal Itapon Ang Basurang walang Permiso

(2) 부정 청유문

- 서로 속이지 맙시다.

  Huwag po tayong magdayaan.

- 우리 싸우지 말자.

  Huwag tayong mag-awayan.

- 언쟁하지 마십시다.

  Huwag po nating pagtalunan, Sir.

- 우리 이제부터 헤어지지 말아요.

  Huwag na tayong maghiwalay simula ngayon, mahal ko!

* Kapag ginamit ang "우리" bilang 주어 sa 청유문, binibigyang-diin nito ang pakikipagkaibigan.

SEKSYON

11

Pamilang(수사)

1 Numerong Kardinal at Numerong Ordinal(기수와 서수)

Filipino(기수/서수)	Koreano(기수/서수)	Pinanggalingan ng Tsino(기수/서수)
0	영	영
1/ika-1	하나/첫째(첫 번째)	일/제 일
2/ika-2	둘/둘째(두 번째)	이/제 이
3/ika-3	셋/셋째(세 번째)	삼/제 삼
4/ika-4	넷/넷째(네 번째)	사/제 사
5/ika-5	다섯/다섯째(다섯 번째)	오/제 오
6/ika-6	여섯/여섯째(~ 번째)	육/제 육
7/ika-7	일곱/일곱째(~ 번째)	칠/제 칠
8/ika-8	여덟/여덟째(~ 번째)	팔/제 팔
9/ika-9	아홉/아홉째(~ 번째)	구/제 구
10/ika-10	열/열 번째	십/제 십
11/ika-11	열하나/열한 번째	십일/제 십일
12/ika-12	열둘/열두 번째	십이/제 십이
13/ika-13	열셋/열세 번째	십삼/제 십삼
14/ika-14	열넷/열네 번째	십사/제 십사
19/ika-19	열아홉/열아홉 번째	십구/제 십구
20/ika-20	스물/스무 번째	이십/제 이십
21/ika-21	스물하나/스물한 번째	이십일/제 이십일
30/ika-30	서른/서른 번째	삼십/제 삼십
40/ika-40	마흔/마흔 번째	사십/제 사십
50/ika-50	쉰/쉰 번째	오십/제 오십
60/ika-60	예순/예순 번째	육십/제 육십
70/ika-70	일흔/일흔 번째	칠십/제 칠십
80/ika-80	여든/여든 번째	팔십/제 팔십
90/ika-90	아흔/아흔 번째	구십/제 구십
100/ika-100	백/백 번째	백/제 백
111/ika-111	백열하나/백열한 번째	백십일/제 백십일
1,000	천	천
10,000	만	만
100,000	십만	십만
1,000,000	백만	백만
10,000,000	천만	천만
100,000,000	일억	일억
1,000,000,000	십억	십억

2 Paggamit ng numero

(1) Palataandaan ng aritmetikong kalkula

+	더하기	–	빼기
x	곱하기	÷	나누기

- 칠 더하기 십일은 십팔입니다./십팔이에요./십팔이다./십팔이야. → 7 + 11 = 18

- 십이 빼기 칠은 오입니다./오예요./오다./오야. → 12 - 7 = 5

* Ang Pamilang(수사) ay isa sa siyam na bahagi ng pananalita bilang 체언 sa 한국어.

* Ang "~입니다.", "~이에요./~예요.", "~(이)다." at "~(이)야." ay mga pagbabago ng 서술격조사.

* Pag kailangang magalang ay ginagamit ang "~입니다." na pampanitikan at "~이에요./~예요." na kolokyal. Pag hindi kailangang magalang ay ginagamit ang "~(이)다." na pampanitikan o ang "~(이)야." na kolokyal.

* Ang "~(이)야." na walang galang ay nagpapahayag ng pagdidiin o matatag na pagtitiwala.

- 사 곱하기 삼은 십이예요. → 4 x 3 = 12

- 십 나누기 오는 이다. → 10 ÷ 5 = 2

(2) Pagbabasa ng numero ng praksyon

- numero ng praksyon: 분수

- denominador: 분모

- numerador: 분자

- $\frac{1}{2}$: 이분의 일, 반

- $\frac{1}{3}$: 삼분의 일

- $\frac{2}{3}$: 삼분의 이

- $\frac{1}{7}$: 칠분의 일

- $\frac{5}{7}$: 칠분의 오

- $\frac{1}{10}$: 십분의 일

- $\frac{4}{10}$: 십분의 사

- $\frac{9}{10}$: 십분의 구

- $1\frac{1}{2}$: 일과 이분의 일

- $2\frac{3}{4}$: 이와 사분의 삼

- $4\frac{3}{8}$: 사와 팔분의 삼

- $6\frac{7}{8}$: 육과 팔분의 칠

96

(3) Pagbabasa ng numero ng desimal

- numero ng desimal: 소수
- tuldok ng desimal: 소수점
- 0.5: 영 점 오
- 8.25: 팔 점 이오
- 12.71: 십이 점 칠일
- 102.34: 백이 점 삼사

(4) Pagbabasa ng taon

- B.C. Taon 235: 기원전 이백삼십오 년
- A.D. Taon 537: 서기 오백삼십칠 년
- Taon 1987: 천구백팔십칠 년
- Taon 2019: 이천십구 년

(5) Pagbabasa ng mahabang numero

- 1,000,000,000: 십억
- 10,000,000,000: 백억
- 100,000,000,000: 천억
- 1,000,000,000,000: 일조
- 2,197,365: 이백십구만 칠천삼백육십오
- 3,457,865,354: 삼십사억 오천칠백팔십육만 오천삼백오십사
- 987,654,321,000: 구천팔백칠십육억 오천사백삼십이만 천
- 1,123,456,789,200: 일조 천이백삼십사억 오천육백칠십팔만 구천이백

* Nababasa nito ang apat na numero(oooo조oooo억oooo만oooo) nang hiwalay bilang isang pangkat.

* Walang Koreanong kardinal at ordinal para sa 백, 천, 만...

97

Yunit	Nauugnay na bagay	Halimbawang paggamit
채	bahay	집 세 채(3 bahay)
대	paraan ng transportasyon, makina, atbp.	트럭 세 대(3 trak) 자전거 두 대(2 bisikleta) 비행기 다섯 대(5 eruplano) 피아노 한 대(1 pyano) 세탁기 두 대(2 washing machine)
칸	kuwarto, opisina	방 네 칸(4 kuwarto) 사무실 두 칸(2 opisina)
권	libro	책 세 권(3 aklat) 잡지 여섯 권(6 magasin)
장	papel, salamin, atbp.	종이 일곱 장(7 pilas ng papel) 창문유리 여덟 장(8 salamain ng bintana)
척	sasakyang-dagat[1]	군함 아홉/구 척(9 bapor-de-gera) 화물선 열/십 척(10 barko) 어선 열한/십일 척(11 sasakyang pang-isda)
켤레	sapatos, medyas, guwantes	운동화 열두 켤레(12 pares ng sapatos na pansports) 양말 열세 켤레(13 pares ng medyas) 장갑 열네 켤레(14 pares ng guwantes)
평	laki ng bahay o lupa[1] (1평 = 3.3m²)	삼십이/서른두 평 아파트(apartmento na 32 Pyeong) 논 이백 평(palayan na 200 Pyeong) 산 오천 평(bundok na 5000 Pyeong)
명	tao[1]	학생 열일곱/십칠 명(17 estudyante) 어린이 쉰/오십 명(50 bata) 군인 예순한/육십일 명(61 sundalo)
분	tao *magalang na salita ng "명"	국회의원 열 분(10 representante) 선생님 다섯 분(5 guro)
마리	hayop	말 열 마리(10 kabayo) 닭 두 마리(2 manok) 상어 세 마리(3 pating) 고래 네 마리(4 balyena)
살	edad	열일곱 살 소녀(batang babae na 17 taong gulang) 일흔 살 할아버지(lolo na 70 taong gulang)

세	edad[2] *magalang na salita ng "살"	백 세 노인(matandang taong 100 taong gulang)
근	bigat (1근 = 600g)	생강 두 근(luya na 2 Geun) / 쇠고기 열 근(bakang karne na 10 Geun)
병	bote	맥주 세 병(3 bote ng serbesa)
잔	baso, tasa	커피 한 잔(1 tasa ng kape) / 물 한 잔(1 baso ng tubig)
공기	mangkok ng kanin	밥 두 공기(2 mangkok ng kanin)
포기	halaman, ulo ng petsay, punla.	풀 한 포기(1 halaman) / 오이/오이모종 두 포기(2 halaman/punla ng pipino) / 배추 세 포기(3 ulo ng petsay)
자루	kasangkapan na may mahabang hawakan	연필 네 자루(4 lapis) / 삽 다섯 자루(5 pala) / 도끼 여섯 자루(6 palakol) / 소총 일곱 자루(7 baril)
	sako	쌀 여덟 자루(8 sako ng palay) / 감자 아홉 자루(9 sako ng patatas)
그루	puno	소나무 열 그루(10 punong pino) / 사과나무 스물두 그루(22 punong mansanas)
송이	bulaklak	장미 서른한 송이(31 bulaklak ng rosas) / 국화 백한 송이(101 bulaklak ng chrysanthemum)
	ubas, saging, atbp.	포도 세 송이(3 tangkay ng ubas) / 바나나 열 송이(10 tangkay ng saging)
번	pagbilang ng beses	턱걸이 열두 번(12 beses ng pagtataas ng panga) / 여러 번(maraming beses)
	pagnunumero ng[2] pagkakasunud-sunod	사 번 타자(pang-4 na papalo ng beisbol)
회	pagbilang ng beses[2]	팔굽혀펴기 십 회(10 beses ng push-up)
다발	bulaklak, tuyong damo, atbp.	꽃 한 다발(1 bigkis ng bulaklak) / 건초 두 다발(2 bigkis ng tuyong damo) / 장작 세 다발(3 bigkis ng kahoy na panggatong)
개	bagay na pira-piraso	복숭아 세 개(3 piraso ng peras) / 비누 세 개(3 piraso ng sabon) / 캔디 열 개(10 piraso ng kendy)
끼	hain ng pagkain	식사 한 끼(1 hain ng pagkain)

벌	damit	옷 두 벌(2 terno ng damit) 바지 세 벌(3 pantalon)
도	temperatura[2]	영상/영하 삼 도(3 digri lampas/kulang sero)
곡	kanta	노래 두 곡(2 kanta) 민요 세 곡(3 lumang kanta)
통	documento, liham	편지 한 통(1 liham) 계약서 두 통(2 kopya ng kontrata)
곳	lugar	식당 열 곳(10 restaurant)
뼘	dangkal ng kamay	세 뼘(3 dangkal)
움큼	dakot	쌀 다섯 움큼(5 dakot ng bigas)
점	marka[2] *para sa eksaman	영어 육십 점(60 marka sa Ingles) 수학 오 점(5 marka sa matematika)
정	tabletang gamot[1]	소화제 세/삼 정(3 tabletang pantunaw) 비타민 다섯/오 정(5 tabletang bitamina)
	personal na armas[1]	권총 십일/열한 정(11 pistola) 기관총 다섯/오 정(5 machine gun)
발	munisyon[1]	탄약 삼십/서른 발(30 rolyo ng bala)

* [1] Koreano at Tsinong 기수 ay puwedeng gamitin nang kasama.

* [2] Tsinong 기수 lang ay ginagamit.

* Ang mga yunit na walang tanda ng [1] o [2] ay purong Koreanong yunit at gumagamit ng Koreanong 기수. Ngunit sa kaso ng numero na mas malaki kaysa sa sampu, maalinman.(트럭 오십이/쉰두/52 대, 사무실 십이/열두/12 칸, 소나무 이십오/스물다섯/25 그루, 바지 삼십오/서른다섯/35 벌)

* Kapag ginagamit ang Koreanong 기수 para sa pagbilang, ang 기수(하나, 둘, 셋, 넷) ay binabago sa "한", "두", "세" at "네". (한 채, 열두 마리, 스물세 그루, 서른네 문)

> Tandaan
>
> * Ang mga yunit na hindi purong Koeano ay gumagamit ng Tsinong 기수 lang.(미터: metero, 킬로미터: kilometro, 파운드: libra, atbp.).
>
> * Ang pagbilang ng pera(Won: 원, Peso: 페소, Dollar: 달러 atbp.) din ay gumagamit ng Tsinong 기수 lang.

- 나는 필리핀에 집 두 채를 가지고 있다.

  Mayroon akong dalawang bahay sa Pilipinas.

- 나는 방학 동안 책 다섯 권을 읽었다.

  Nagbasa ako ng limang libro habang bakasyon.

- 그는 어젯밤에 맥주 세 병을 마셨다.

  Uminom siya ng tatlong boteng serbesa kagabi.

- 말 세 마리가 풀밭에서 풀을 뜯고 있다.

  Ang tatlong kabayo ay nanginginain sa damuhan.

- 저의 할아버지는 백 세까지 사셨습니다.

  Namuhay po ang lolo hanggang sandaang taong gulang.

- 우리는 장화 네 켤레가 필요하다.

  Kailangan natin ng apat na pares ng bota.

- 정원에 망고나무 세 그루를 심었습니다.

  Nagtanim po ako ng tatlong puno ng mangga sa hardin.

- 저는 필리핀 여행을 여러 번 했습니다.

  Naglakbay po ako nang maraming beses sa Pilipinas.

- 어제 쌀 세 자루를 샀습니다.

  Kahapon po ay bumili ng tatlong sako ng bigas.

- 돼지고기 다섯 근에 얼마예요?

  Magkano po ang limang Geun ng karneng baboy?

- 내일 내가 너한테 식사 한 끼 사겠다.

  Bibilhan kita ng isang hain ng pagkain bukas.

  * ~한테: 부사격조사

- 나는 어제 편지 두 통을 받았다.

  Tumanggap ako ng dalawang liham kahapon.

- 밥 한 공기 더 주세요.

  Bigyan mo po ako ng isa pang mangkok ng kanin.

- 나는 채소밭에 오이모종 열 포기를 심었다.

  Nagtanim ako ng sampung punla ng pipino sa hardin ng gulay.

- 나는 권총으로 열 발을 쏘았다.

  Nagpaputok ako ng 10 rolyo ng bala gamit ang pistola.

12

Petsa at Oras
(날짜와 시간)

Ang mga katanungan tungkol sa panahon at oras ay tulad ng sumusunod.

* Kailan? (언제?)

* Anong oras? (몇 시?)

* Ilang oras/minuto/segundo? (몇 시간/분/초?)

* Anong petsa? (며칠이야?)

* Ilang araw? (며칠 걸려?)

* Anong araw? (무슨 요일?)

* Anong buwan? (몇 월?)

* Ilang buwan? (몇 달/개월?)

* Anong panahon? (무슨 계절?)

* Anong taon? (몇 년도?)

* Ilang taon? (몇 년?)

* Ilang taon ka na? (몇 살이냐?)

* Ilang taon po kayo? (연세가 어떻게 되십니까?)

* Gaano katagal? (얼마나 오래 걸려?)

○ Ang katanungan tungkol sa oras ng sandali ay;

• 지금 몇 시야? / 지금 몇 시예요? / 지금 몇 시입니까?
Anóng(Ano pong) oras na?

○ Ang kasagutan sa 06:00 AM na halimbawa ay;

• 오전 여섯 시야. / 오전 여섯 시예요. / 오전 여섯 시입니다.
Ika-6 ng umaga (po).

○ Binabasa ang Koreanong 기수 para sa yunit ng oras at ang Tsinong 기수 para sa yunit ng minuto at segundo.

• 01:00 AM: 오전/밤 한 시

• 02:10 AM: 오전/밤 두 시 십 분

• 03:30 AM: 오전/밤 세 시 삼십 분 / 세 시 반

• 04:40 AM: 오전/새벽 네 시 사십 분

• 05:50 AM: 오전/새벽 다섯 시 오십 분 / 십 분 전 여섯 시

• 06:00 AM: 오전/아침 여섯 시

• 07:05 AM: 오전/아침 일곱 시 오 분

• 08:15 AM: 오전/아침 여덟 시 십오 분

• 09:25 AM: 오전 아홉 시 이십오 분

• 10:35 AM: 오전 열 시 삼십오 분

• 11:45 AM: 오전/낮 열한 시 사십오 분 / 십오 분 전 열두 시

• 12:00 PM: 낮 열두 시 / 정오

• 12:55 PM: 낮 열두 시 오십오 분 / 오 분 전 한 시

• 01:03 PM: 오후/낮 한 시 삼 분

• 02:13 PM: 오후 두 시 십삼 분

• 05:23 PM: 오후/저녁 다섯 시 이십삼 분

• 06:33 PM: 오후/저녁 여섯 시 삼십삼 분

• 07:48 PM: 오후/저녁 일곱 시 사십팔 분 / 십이 분 전 여덟 시

- 08:58 PM: 오후/밤 여덟 시 오십팔 분 / 이 분 전 아홉 시
- 11:17 PM: 오후/밤 열한 시 십칠 분
- 12:00 AM: 밤 열두 시 / 자정
- 12:27 AM: 밤 열두 시 이십칠 분

○ Mga salitang may kaugnayan sa oras

밤	gabi	낮	araw
오전	umaga	오후	hapon
아침	pagsikat ng araw	저녁	paglubog ng araw
새벽	madaling araw	정오	tanghali
자정	hatinggabi	주간	maghapon
야간	magdamag	시간	oras
분	minuto	초	segundo
한나절	kalahating araw		

- 새벽 네 시에 깨워 주세요.
  Gisingin ninyo ako sa ika-4 ng umaga.

- 세 시간 전에 버스는 떠났어.
  Umalis ang bus na may tatlong oras na ngayon.

- 다섯 시간 후에 만나자.
  Magkita tayo pagkatapos ng limang oras.

- 조금 전에 기차는 떠났습니다.
  Kani-kanina po umalis ang tren.

- 잠시 후에 선생님이 도착하실 거예요.
  Mayamaya po darating ang titser.

- 오후 다섯 시에 우리는 떠난다.
  Aalis tayo nang ika-5 ng hapon.

- 정각 10시에 기차는 출발합니다.
  Sa saktong alas 10, ang tren ay umalis, Ginoo.

Ang katanungan tungkol sa araw

- 오늘은 무슨 요일이에요?
  Anong araw po ngayon?

  → 오늘은 일요일이에요.
  Ngayon po ay Linggo.

- 내일은 무슨 요일이야?
  Anong araw bukas?

  → 내일은 수요일이야.
  Bukas ay Miyerkoles.

- 어제는 무슨 요일이었습니까?
  Anong araw po kahapon, Ginoo?

  → 어제는 토요일이었습니다.
  Kahapon po ay Sabado, sir.

Mga araw ng isang linggo

Lunes	Martes	Miyerkules
월요일	화요일	수요일
Huwebes	**Biyernes**	**Sabado**
목요일	금요일	토요일
Linggo	**isang linggo**	**karaniwang araw**
일요일	일주일	평일

Mga salitang may kaugnayan sa linggo

금주(이번 주)	linggong ito
내주(다음주)	linggong darating
내내주(다다음 주)	ikalawang linggong darating
전주(지난주)	linggong nakaraan
전전주(지지난 주)	ikalawang linggong nakaraan
주말	Sabado at Linggo
이번 주말	itong Sabado at Linggo
다음 주말	susunod na Sabado at Linggo
지난 주말	nakaraang Sabado at Linggo

• 일주일은 칠일입니다.

Ang isang linggo po ay may pitong araw.

• 우리 가족은 일요일마다 성당에 갑니다.

Ang pamilya po natin ay pumupunta sa simbahan tuwing Linggo.

• 요번 토요일에 뭐 해?

Ano ang gagawin mo sa itong Sabado?

• 지난 일요일에 뭐 했어요?

Ano ang ginawa ninyo noong nakaraang Linggo?

• 다음 수요일에 뭐 할 거예요?

Ano ang gagawin ninyo sa susunod na Miyerkules?

3 Petsa(날짜)

Ang katanungan tungkol sa petsa ay "오늘은 며칠이에요?(Anong petsa po ngayon?)".

Ang pagkakasunud-sunod ng petsa sa wikang Koreano ay taon(년), buwan(월) at araw(일).

Ang lahat ng numero sa petsa ay gumagamit ng kardinal na pinanggalingan ng Tsino.

Mga Salitang may kaugnayan sa taon

연초	simula ng taon
연말	katapusan ng taon
연말연시	katapusan ng taon at simula ng taon
작년	taong nakaraan
재작년	ikalawang taong nakaraan
내년	taong darating
내후년	ikalawang taong darating
올해/금년	taong ito
새해/신년	bagong taon

Mga Buwan

Enero	Pebrero	Marso
1월(일월)	2월(이월)	3월(삼월)
Abril	Mayo	Hunyo
4월(사월)	5월(오월)	6월(유월*)
Hulyo	Agosto	Setyembre
7월(칠월)	8월(팔월)	9월(구월)
Oktobure	Nobyembre	Disyembre
10월(시월*)	11월(십일월)	12월(십이월)

이 달/이번 달/요번 달	buwang ito
지난달에	noong buwang nakaraan
다음달에	sa buwang darating
세 달 후에	pagkatapos ng tatlong buwan
월초	simula ng buwan
월말	katapusan ng buwan
초순	simulang 10 araw ng buwan
중순	gitnang 10 araw ng buwan, gitna ng buwan
하순	huling 10 araw ng buwan

Mga salitang may kaugnayan sa petsa

오늘	ngayon
내일	bukas
모레	samakalawa
글피	ikalawang araw na darating
그글피	ikatlong araw na darating
어제	kahapon
그저께	kamakalawa
그끄저께	ikatlong araw na nakaraan

- 오늘은 5월 1일이다.

  Ngayon ay ika-1 ng Mayo.

- 오늘은 무슨 날입니까?

  Ano pong okasyon ngayon?

- 오늘은 남편의 생일입니다.

  Ngayon po ay kaarawan ng mister ko.

- 당신 생일은 언제입니까?

  Kailan ang kaarawan ninyo?

- 오늘은 1981년 3월 3일입니다.

  Ngayon po ay ikatlo ng Marso, sanlibo't siyam na raan walumpu't isang taon.

- 저는 2002년 11월 27일에 태어났습니다.

  Isinilang po ako sa ika-27 ng Nobyembre, taong 2002.

- 저는 다음달에 한국으로 여행 가요.

  Magbibiyahe po ako sa Korea sa darating na buwan.

- 한 달은 30일 또는 31일입니다.

  Ang isang buwan po ay tatlumpu o tatlumpu't isang araw.

- 나는 10년동안 한국에서 살았다.

  Tumira ako sa Korea 10 taon.

♣ **Kapag binibilang ang mga araw tulad ng isang araw, dalawang araw, tatlong araw..., ang pagbilang sa Tsino o Koreano ay ginagamit nang magkasama.**

- Filipino

  1 araw, 2 araw, 3 araw ...

- Tsino

  1(일)일, 2(이)일, 3(삼)일 ...

- Koreano

  하루(1), 이틀(2), 사흘(3), 나흘(4), 닷새(5), 엿새(6), 이레(7), 여드레(8), 아흐레(9), 열흘(10), 열하루(11), 열이틀(12), 열사흘(13), 열나흘(14), 열닷새(15) ...

  *Sa karaniwan ginagamit ang Tsinong pagbilang nang mas madalas.

*Sa mga araw na ito ay ginagamit ang pagbilang sa Koreanong salita karaniwang hanggang "이레(7 araw)".

4 Apat na panahon ng taon(사계절)

봄	여름	가을	겨울
tagsibol(3월~5월)	tag-init(6월~8월)	taglagas(9월~11월)	taglamig(12월~2월)

- 봄은 꽃이 피는 계절입니다.
  Ang tagsibol po ay panahon ng pamumulaklak.

- 한국은 사계절이 완전히 다르다.
  Ang apat na panahon ay natatangi sa isa't isa sa Korea.

- 한국의 여름은 필리핀처럼 덥습니다.
  Ang tag-init ng Korea po ay mainit tulad ng Pilipinas.

- 가을은 독서의 계절이다.
  Ang taglagas ay panahon ng pagbabasa.

- 겨울은 눈이 오는 계절입니다.
  Ang taglamig po ay panahong nagniniyebe.

- 눈이 오는 자연의 경치는 정말 아름다워요.
  Ang tanawin ng kalikasan na nagniniyebe po ay totoong maganda.

♣ ~ 전에(bago, kanina, ang nakaraan) at ~ 후에/다음에(pagkatapos, mamaya)

1) (명사)~ 전에/(동명사)~기 전에/(명사형 서술격조사)~(이)기 전에

- 동명사: Pangngalang-diwa ☞ Seksyon 14
- 명사형 서술격조사: PP-pampanaguring makangalan

- 식사하기(← 식사하다) 전에 손을 씻어라. / 식사 전에 손을 씻어라.
  Hugasan ang iyong mga kamay bago kumain.

• 한 시간 전에 이미 기차는 떠났다.

  Isang oras na ang nakaraan nang umalis ang tren.

• 삼 년 전에 할아버지는 세상을 떠나셨다.

  Tatlong taon na ang nakalilipas nang namatay ang aking lolo.

• 그 사람도 선생이기(← 선생이다) 전에 인간이다.

  Siya rin ay isang tao muna sa isang guro.

• 잠자기(← 잠자다) 전에 항상 양치질을 합니다.

  Lagi po akong nagsisipilyo bago matulog.

• 죽기(← 죽다) 전에 유언장을 써서 변호사에게 맡기겠다.

  Bago ako mamatay, magsusulat ako ng huling habilin at iiwanan ito sa
  abogado.

2) (명사)~ 후에/(동사적 관형사) ng 과거시제)~ㄴ 후에 o ~ㄴ 다음에

• 동사적 관형사: Paunang-pangngalang-diwa ☞ Seksyon13

• 나는 식사한 후에/다음에 티브이를 본다. / 나는 식사 후에 티브이를 본다.

  Nanonood ako ng TV pagkatapos kumain.

• 한 시간 후에 기차는 출발할 것이다.

  Pagkatapos ng isang oras, ang tren ay aalis.

• 삼 년 정도 후에 한국은 통일될 것이다.

  Pagkatapos ng mga tatlong taon ay magkakaisa ang Korea.

• 할아버지가 돌아가신 후에/다음에 할머니는 매일 우신다.

  Pagkatapos ng kamatayan ng lolo, ang lola ay umiiyak araw-araw.

• 내가 질문한 후에/다음에 말해라.

  Sabihin mo pagkatapos kong magtanong.

• 방과 후에 뭐(←무엇을) 해?

  Pagkatapos ng paaralan ano ang gagawin mo?

13

Paunang-pangngalan (관형사)

Ang 관형사 ay isang 품사 na naglalarawan ng 체언 tulad ng naglalarawang-pandiwa, naglalarawang-pang-uri at numero para sa pagbilang. Ang katangian ng 관형사 ay walang pagbabago sa anumang pagbabanghay at walang PP.

Ang 관형사 ay pinaghahati-hati tulad ng sumusunod.

1) 수관형사: Paunang-pangngalang numero

2) 지시관형사: Paunang-pangngalang pamatlig

3) 소유격 관형사: Paunang-pangngalang paari

4) 성상관형사: Paunang-pangngalan ng katangian at kalagayan

- 순수관형사: Paunang-pangngalang puro
- 동사적 관형사: Paunang-pangngalan-diwa
- 형용사적 관형사: Paunang-pangngalan-uri

> **Tandaan**
>
> 1. Ang pang-uri sa 필리핀어 ay nahahati sa dalawang bahagi ng pananalita sa 한국어 na 관형사 at 형용사.
> 2. Ang kahulugan ng 형용사 ay pang-uring pampanaguri sa 필리핀어.
> 3. Ang 형용사적 관형사 sa ay tumutugma sa pang-uring naglalawan sa 필리핀어.

(1) Lahat ng numerong pagbilang para sa mga yunit sa Seksyon 11

- 다섯 시간: limang oras
- 승용차 세 대: tatlong kotse(pampasaherong sasakyan)
- 꽃 열 송이: sampung bulaklak
- 수박 일곱 통: pitong pakwan
- 옥수수 오 킬로: limang kilo ng mais

(2) Iba pa

- 여러 의견: iba't ibang opinyon
- 모든 사람들: lahat ng tao
- 갖가지 야채: iba't ibang uring gulay
- 몇 사람: ilang tao
- 많은 학생들: maraming estudyante
- 적은 수입: maliit na kita
- 한두(두세, 서너, 너덧, 대여섯, 예닐곱) 개: isa o dalawang(dalawa o tatlong, tatlo o apat na, apat o limang, lima o anim na, anim o pitong) piraso

(1) 이(ito), 그(iyan), 저(iyon) at 아무(kahit): ☞ Seksyon 6

(2) Nitong pinagsimulang salita

- 이러한/이런 사람: ganitong tao
- 그러한/그런 의견: ganyang opinyon
- 저러한/저런 행동: ganyong kaasalan
- 아무런 ~ (없다): talagang wala, walang anuman

- 아무런 차이가 없다.

    Walang talagang pagkakaiba.

- 이것은 아무런 가치가 없다.

    Ito ay lubusang walang halaga.

(3) 관형사 na pananong(Seksyon 9): 어느(alin), 무슨(anong), 어떤(anong klase), 몇(ilan), 몇째(ika-ilan)

3 소유격 관형사: "(체언)~의"

- 나의/내 동생: aking nakababatang kapatid

- 너의/네 형(오빠): iyong kuya

- 아버지의 모자: sombrero ng ama

- 학교의 정문: pangunahing tarangkahan ng paaralan

- 한국의 대통령: pangulo ng Korea

- 비행기의 속도: kabilisan ng eruplano

* Ang iba pang katawagan ng "~의" ay 소유격조사(PP-pampaaari) o 관형격조사. Kadalasan sa estilo ng kolokyal, ang "의" ay tinatanggal tulad ng "아버지 모자", "학교 정문", "한국 대통령" at "비행기 속도".

* Ang "형" at "형님(magalang na titulo ng "형")" ay nangangahulugang "kuya" sa nakababatang kapatid na lalaki, at ang "오빠" ay nangangahulugang "kuya" sa nakababatang kapatid na babae.

* Ang "누나" at "누님(magalang na titulo ng "누나")" bilang kasalungat ng "형" at "형님" ay nangangahulugang "ate" sa nakababatang kapatid na lalaki. Ang "언니" bilang kasalungat ng "오빠" ay nangangahulugang "ate" sa nakababatang kapatid na babae.

Ang 성상관형사 ay nagpapaliwanag ng katangian at kalagayan ng sumusunod na bagay.

(1) 순수관형사

- 새(헌) 공책: bagong(lumang) kuwaderno
- 왼(오른)발/손: kaliwang(kanang) paa/kamay
- 지난(다음)달/주: nakaraang(darating na) buwan/linggo
- 옛 집/추억/친구: lumang bahay/lumang alaala/dating kaibigan
- 이번 달/방학/선거: buwang/bakasyong/halalang ito
- 외딴 곳/섬/집: liblib na lugar/isla/bahay
- 맨 꼭대기: lugar ng pinakatuktok
- 맨 먼저: nang pinakauna (* 먼저: muna)
- 맨 앞자리/뒷자리: upuan na pinakaharap/pinakalikod
- Atbp.

(2) 동사적 관형사

Halimbawang pawatas	미래시제 (~ㄹ, ~을)	현재시제 (~는)	과거시제 (~ㄴ, ~은)	대과거시제 (~았던, ~었던)
가다 (pumunta)	갈	가는	간	갔던
오다 (dumating)	올	오는	온	왔던
먹다, 드시다 (kumain)	먹을, 드실	먹는, 드시는	먹은, 드신	먹었던, 드셨던
쓰다 (sumulat)	쓸	쓰는	쓴	썼던
보다 (tumingin)	볼	보는	본	보았던
삼키다 (lumulon)	삼킬	삼키는	삼킨	삼켰던

따르다 (sumunod)	따를	따르는	따른	따랐던
말하다 (magsalita)	말할	말하는	말한	말했던
포함하다 (isali)	포함할	포함하는	포함한	포함했던
표현하다 (magpahayag)	표현할	표현하는	표현한	표현했던
싸우다 (lumaban)	싸울	싸우는	싸운	싸웠던
빠지다 (malunod)	빠질	빠지는	빠진	빠졌던

- 지금은 학교에 갈 시간이다.

  Ngayon ang oras ng pagpunta sa paaralan.

- 어제 온 사람은 나의 친척이에요.

  Ang taong dumating po kahapon ay kamag-anak ko.

- 빵을 드실 분은 지금 말하세요.

  Sabihin ninyo ngayon kung mayroong kakain ng tinapay.

- 너에게 편지를 쓴 사람은 나다.

  Ako ang taong lumiham sa iyo.

- 이 영화는 내가 지금까지 보았던 영화 중에 최고로 재미있다.

  Ang pelikulang ito ay pinakakawili-wili sa lahat ng pelikulang pinanood ko

  hangggang ngayon.

- 나는 동전을 삼켰던 경험이 있다.

  Ako ay may karanasang nakalulon ng barya.

- 그는 자기를 잘 따르는 강아지가 있다.

  Siya ay may tutang sumusunod nang mabuti sa kanya.

- 그렇게 말한 학생은 영철이에요.

  Si Yeongcheol po ang estudyanteng nagsalita nang ganyan.

- 나는 그를 우리의 모임에 포함할 것이다.

  Isasali ko siya sa ating samahan.

- 심장을 <u>의미하는</u> 몸짓은 사랑을 <u>표현하는</u> 방법이다.

  Ang pagkumpas na nagpapahiwatig ng puso ay isang paraan ng
  pagpapahayag ng pagmamahal.

- 우리는 적과 <u>싸울</u> 준비가 필요하다.

  Kailangan natin ang paghahanda para sa paglaban sa kaaway.

- 강에 <u>빠진</u> 사람은 수영을 못하는 아이예요.

  Ang taong nalunod sa ilog po ay batang hindi marunong lumangoy.

(3) 형용사적 관형사

Halimbawang pawatas	현재시제 (~ㄴ)	과거시제 (~았던, ~었던)	대과거시제 (~ㅆ었던)
아름답다, 예쁘다 (maganda)	아름다운, 예쁜	아름다웠던, 예뻤던	아름다웠었던, 예뻤었던
뚱뚱하다 (mataba)	뚱뚱한	뚱뚱했던	뚱뚱했었던
날씬하다 (payat)	날씬한	날씬했던	날씬했었던
크다 (malaki)	큰	컸던	컸었던
작다 (maliit)	작은	작았던	작았었던
둥글다 (mabilog)	둥근	둥글었던	둥글었었던
날카롭다 (matulis)	날카로운	날카로웠던	날카로웠었던
밝다 (maliwanag)	밝은	밝았던	밝았었던
어둡다 (madilim)	어두운	어두웠던	어두웠었던

* Ang 미래시제 ay rin posible sa anyo ng "(형용사)~ㄹ" (아름다울, 뚱뚱할, 클, 어두울, atbp.), ngunit kakaraniwang ginagamit kapag naglalarawan ng di-kumpletong pangngalan(의존명사: 것, 수, atbp ☞ Seksyon 14).

- 그는 <u>아름다운</u> 아내가 있다.

  Siya ay may magandang misis.

- 초등학생이었을 때, 그녀는 <u>예뻤던</u> 소녀였었다.

  Noong estudyante pa sa elementarya ay magandang batang babae siya.

  * Ang "때" na isang Sariling Pangngalan(자립명사) ay nangangahulugang
    Pag(pangkasalukuyan at panghinaharap) o Noon(pangnakaraan).

- 조금 전에 <u>뚱뚱한</u> 남자가 빵을 먹고 있었어요.

  Kanina po ay kumakain ng tinapay ang matabang lalaki.

  * Ang "~고 있었다." ay progresibong pangnakaraan.

- 그 소녀는 처녀가 <u>되면</u>(← 되다, maging), 매우 예쁠 것이다.

  Napakaganda ng dalaga kapag ang batang babae ay naging dalaga na.

- 그 소녀는 자라서, 예쁜 처녀가 <u>될</u>(← 되다) 것이다.

  Ang batang babae ay lalaki at magiging isang magandang dalaga.

  * Ang "~면" ng "되면" at "~서" ng "자라서(← 자라다: lumaki)" ay mga 어미 na pang-
    ugnay. 조사 Seksyon 21, 22

- 나는 <u>날씬한</u> 여자가 좋다.

  Gusto ko ang payat na babae.

- 그는 <u>큰</u> 집에서 삽니다.

  Siya po ay nakatira sa malaking bahay.

- <u>둥글었던</u> 달이 반달이 되었다.

  Ang mabilog na buwan noon ay naging kalahating buwan.

- <u>어두운</u> 길에서 반짝이는 동전을 주웠다.

  Pinulot ang kumikislap na barya sa madilim na daan.

Tandaan

Pagkakausunud-sunod ng mga 관형사

* 지시관형사 + 성상관형사	이 새 옷: bagong damit na ito
* 지시관형사 + 수관형사	저 네 아들: apat na anak na lalaking iyon
* 수관형사 + 성상관형사	두 예쁜 딸: dalawang magagandang anak na babae
* 지시관형사 + 수관형사 + 성상관형사	그 두 헌 창고: dalawang lumang bodegang iyan

14

Pangngalan(명사)

Ang 명사 ay pinaghahati-hati ng iba't-ibang uri. Sa seksyong ito ay mag-aaral ng dalawang bahaging napakakahirap intindihin na Di-kumpletong pangngalan(의존명사) at Pinagsimulang pangngalan(파생명사).

Ang 의존명사 na isang bukod-tanging punto sa 한국어 ay ang kasalungat ng Pangngalang sarili(자립명사) na nangangahulugang lahat ng karaniwang 명사. Ang 의존명사 ay hindi maaaring gamitin nang nag-iisa, kaya laging kasama ang 관형사 o 명사 bilang nauunang salita.

(1) Ang lahat ng yunit para sa pagbilang sa Seksyon 11 ay 의존명사 dahil kailangan ang numero bilang 관형사 na nauunang salita.

(2) "~ 씨", "~ 님", "~ 군" at "~ 양" kapag magalang na tumatawag ng pangalan ng person nang may-galang at pormal sa kaukulang pantawag(☞ Seksyion 4, 호격) ay 의존명사 dahil ang personal na pangalan ay kinakailangan bilang nauunang salita.

(3) 의존명사 na iba pa

의존명사	뜻	예문(Halimbawang pangungusap)
것	bagay	작은 것이 필요하다. Kailangan ang maliit na bagay. 너는 어느 것이 좋으냐? Alin ang gusto mo? 아침 일찍 일어나는 것은 쉽지 않다. Hindi madaling bumangon nang madaling araw.
격	pagiging katulad, parang ~, katumbas	다 된 밥에 재 뿌리는(← 뿌리다/magwisik) 격이다. Parang pagwiwisik ng abo sa nilutong kanin. 소 잃고 외양간 고치는(← 고치다/magkumpuni, mag-ayos) 격이다. Ito ay katumbas ng pagkawala ng baka at pag-aayos ng kuwadra. 그것은 공중에 누각을 짓는(← 짓다/magtayo) 격이다. Iyon ay katumbas ng pagtatayo ng isang kastilyo sa hangin. 도둑을 맞으려면 개도 안 짖는(← 짖다/tumahol) 격이다. Tulad ng pagkakataon na kahit aso ay hindi tumatahol para manakawan. * Ang "격" na 의존명사 ay kadalasang ginagamit pag nagsasalita bilang pagkakatulad sa isang salawikain.
겸	bukod sa ~, pagkakasabay	친구도 만나고 산책도 할(← 하다/gumawa) 겸 공원에 갔다. Nagpunta ako sa parke upang makipagkita sa isang kaibigan, bukod sa mamasyal.

겸	bukod sa ~, pagkakasabay	영어공부도 할 겸 미국 FOX방송의 뉴스를 보고 있다. Ako ay nanonood ng balita mula sa FOX channel ng US, at para matuto rin ng Ingles. 친구도 사귈(← 사귀다/makipagkaibigan) 겸 등산동호회에 참가했다. Sumali ako sa isang asosasyon ng pag-akyat sa bundok, bukod pa sa pakikipagkaibigan. 총리 겸 외무부 장관 Punong Ministro at kasabay na Ministro ng Ugnayang Panlabas 침실 겸 서재: silid-tulugan at kasabay na silid-aralan * Ang nauunang salita ay pangngalan o paunang-pangngalan.
곳/데	lugar	어느 곳이 좋을까? Aling lugar ang mabuti? 앉을 데를/곳을 찾아라. Maghanap ka ng lugar na makaupo. 내가 잘 곳은/데는 여기다. Ang tulugan ko ay dito.
김	pagkakataon	생각난 김에 너에게 전화했다. Sa pagkakataon naisip ko, tumawag sa iyo. 나온 김에 쇼핑해요. Magshopping po tayo sa pagkakataon lumabas tayo.
나름	depende	아내의 친절은 남편이 하기 나름이다. Ang kabaitan ng misis ay depende sa asal ng mister. 월급은 일하기 나름이다. Ang suweldo ay depende sa pagtatrabaho. 그것은 사람 나름이다. Iyan ay depende sa tao. * Ang salitang nauuna ay pangngalan.
	sariling paraan	그는 항상 자기 나름대로 한다. Lagi siyang ginagawa sa sarili niyang paraan. 그는 그 사람 나름의 수영법으로 우승 했다. Nanalo siya sa kampeonato ng sariling pamamaraan sa paglangoy. * Ang salitang nauuna ay pangngalan.
대로	pagsang-ayon, pagkakatulad	아이들은 어른들이 행동하는 대로 따라 한다. Ginagawa ng mga bata tulad ng ginagawa ng mga may sapat na gulang. 내가 시킨 대로 해라. Gawin mo ayon sa sinabi ko sa iyo. 학생들은 선생님이 말하는 대로 노트에 쓴다. Ang mga mag-aaral ay sumusulat sa kuwaderno ayon sa sinasabi ng guro.

대로	pagsang-ayon, pagkakatulad	좋을 대로 해라. Gawin mo bilang kagustuhan mo./Bahala ka. ☞ "~대로" na PP-pansalitang-abay(부사격조사) sa Seksyon 15
동안	habang	자고 있는 동안(에) 버스는 서울에 도착했다. Habang natutulog, dumating ang bus sa Seoul. 걷는 동안(에) 많은 생각을 했습니다. Habang lumalakad po, umisip ako nang marami. 지난 여름방학 동안(에) 필리핀 여행을 했다. Naglakbay ako sa Pilipinas habang noong bakasyon sa tag-init. * Ang nauunang salita ay pangngalan o pang-uring walang deklinasyon. * Ang PP-pampang-abay(~에) ng "동안에" para sa pagtukoy ng tagal ng panahon ay maaaring tanggalin. (☞ Seksyon 15, 부사격조사)
듯	parang ~, siguro	그는 돈을 물 쓰는 듯 낭비한다. Nagsasayang siya ng pera na parang paggamit ng tubig. 그는 올 듯 말(안 올) 듯 말했어요. Sabi po niya na parang sasama siguro o hindi. 내일 비가 올 듯 말(안 올) 듯하다. Wala pong sinasabi kung uulan siguro o hindi bukas. 밥이 적어 먹은 듯 만(안 먹은) 듯합니다. Kaunti lang po ang kanin na halos hindi ko naramdaman na parang nakain na ako.
때문	dahilan, sanhi	너 때문에 학교에 늦었다. Dahil sa iyo, nahuli na sa paaralan. 바쁘기 때문에 시간이 없어요. Dahil abala, wala po akong oras. 교통사고 때문에 학교에 지각했다. Dahil sa aksidente sa daan, nahuli ako sa paaralan. * Ang nauunang salita ay pangngalan.
리	dahilan para sa argumento	그는 부자이기 때문에 돈을 빌릴 리가 없다. Dahil mayaman siya, walang dahilang manghiram ang pera. 그는 착하기 때문에 나쁜 행동을 할 리가 없다. Dahil mabait siya, walang dahilang kumilos nang masama. 그게 정말일 리가 없다. Hindi iyan maaaring totoo.
마련	bagay na natural	사람은 죽기/죽게(← 죽다) 마련이다. Ang kamatayan ng tao ay bagay na natural. 겨울에는 춥기(← 춥다) 마련이다. Ang lamig sa taglamig ay bagay na natural.

마련	bagay na natural	돈이 있으면 쓰기/쓰게(← 쓰다) 마련이다. Kung meron pera, ang paggagastos ay bagay na natural. 그 아이는 지금 초등학생이기(← 초등학생이다) 마련이다. Ito ay natural na ang bata ay ngayon isang estudyante sa elementarya. * Kapag ang salitang nauuna ay 동사, ang "~기" o "~게" ay ginagamit bilang hulapi. Ngunit kapag ang salitang nauuna ay 형용사 o 명사 na may PP-pampanaguri[~(이)다], ang "~기" ay ginagamit bilang hulpi.
만큼	hangga't tulad	주는 만큼 받는다. Nakukuha mo hangga't ibinibigay mo. 열심히 일하는 만큼 월급을 받는다. Hangga't nagtatrabaho nang mabuti, tinatanggap mo ang suweldo ganoon din. 이 만큼 주세요. Bigyan ninyo ako tulad nito.
모양	tila	오늘은 비가 올 모양이다. Tila uulan ngayon. 그는 곧 떠날 모양이다. Tila aalis siya agad.
바	bagay(☞것), nilalaman	제가 아는 바를/것을 말하겠습니다. Magsasalita po ako ng nilalaman ko. 당신이 생각하는 바는/것은 무엇입니까. Ano po ang nilalaman ng isip ninyo? 그는 할 바를 모르다. Hindi niya alam kung ano ang gagawin.
바람	dahilan	너무 서두르는 바람에 열쇠를 잊었다. Dahil sobrang nagmadali, nakalimutan ang susi. 급히 먹는 바람에 체했다. Dahil kumain nang mabilis, nagkaroon ng masamang pagtunaw. 아이들이 떠드는(← 떠들다) 바람에 잠이 깼다. Dahil sa pagkalitong mga bata, nagising ako.
뿐/따름	lamang	나는 그것을 들었을 뿐이다./따름이다. Narinig ko iyan lang. 하나가 있을 따름이다./뿐이다. May isa lang. ☞ "~뿐" na PP-Pantulong(보조사) sa Seksyon 15
수	maaari, paraan	저는 학교에 갈 수 없어요. Hindi po puwede akong pumunta sa paaralan. 그는 영자신문을 읽을 수 있습니다. Siya po ay puwedeng bumasa ng diyaryo ng Ingles.

수	maaari, paraan	어쩔 수가 없다.
		Wala na ibang paraan.
적	pag~, karanasan	그가 왔을 적에 난 없었다.
		Pagdating niya, wala na ako.
		나는 아직 필리핀에 간 적이 없다.
		Hindi pa ako nakakapunta sa Pilipinas.
		나는 이 음식을 한 번 먹은 적이 있다.
		Isang beses akong nakakain ng pagkaing ito.
줄	dunong, kaalaman	그가 집에 있는 줄 알았다.
		Akala ko nasa bahay na siya.
		영어 할 줄 아세요?/영어 할 수 있어요?
		Marunong ba kayong magsalita ng Ingles?
		그는 수영을 할 줄 안다./그는 수영을 할 수 있다.
		Marunong siyang lumangoy.
중	progresibong kalagayan	지금 식사하는 중이야.
		Kumakain ako ngayon.
		아버님은 지금 산책 중이십니다.
		Namamasyal po ang ama ngayon.
		할아버지는 지금 주무시는 중이다.
		Ang lolo ay natutulog ngayon.
지	mula noon	저는 공항에 도착한 지 세 시간 되었습니다.
		Tatlong oras na po mula nang dumating ako sa paliparan.
		이 회사에 입사한 지 십 년 되었다.
		Sampung taon na mula nang sumali sa kumpanyang ito.
		햇빛을 본 지 오래되었다.
		Matagal na mula nang nakita ko ang sikat ng araw.
참	kasandalian	지금 막 식사를 시작하려던 참입니다.
		Ako po ay sa sandaling kakain.
		잠이 막 들려는 참이다.
		Ako ay sa sandaling matutulog.
		전화가 왔을 때는 식사 후에 커피를 마시려던 참이었다.
		Kapag may tawag, ako'y sa sandaling iinom ng kape pagkakain.
채	walang pagbabago ng kilos o kalagayan	나는 불을 켠 채로 잤다.
		Natulog ako nang hindi pinapatay ang ilaw.
		그는 앉은 채로 손님에게 인사 했다.
		Sa posisyong nakaupo, binati niya ang bisita nang walang pagtayo.
		그는 선 채로 밥을 먹고 있다.
		Sa nakatayong posisyon, kinakain niya ang pagkain nang walang pag-upo.
		* Ang "~로" ay isang PP-pansalitang-abay na nangangahulugang Sa pamamagitan ng ~.

체/척	pagkukunwari, gawa ng pagpapanggap (☞Seksyon 16, 보조동사)	그는 나를 못 본 체한다./척한다. Nagpapanggap siyang hindi ako nakikita. 잘난 체하지/척하지 마라. Huwag magpanggap na ikaw ay dakilang tao. 잠자는 체하자./척하자. Magkunwari tayong tulog.
통	dahilan	전화가 오는 통에 잠이 깼다. Dahil may tawag ay gumising ako. 바람이 부는 통에 모자가 날아갔다. Dahil sa hangin ay lumipad ang sombrero. 밤새도록 아기가 우는 통에 잠을 못 잤다. Dahil umiyak ang sanggol nang magdamag, hindi natulog. * Ang "통" ay para sa negatibong kalagayan sa karaniwan.
판	negatibong kalagayan o kondisyon	빚 때문에 내 차를 팔아야 할 판이다. Dahil sa utang ay nasa kalagayang magbenta ng aking kotse. 이렇게 어려운 판에 아내가 임신을 했다. Sa kahirapan nito ay nagbuntis ang asawa. 결혼비용 때문에 은행에서 돈을 빌려야 할 판이다. Dahil sa gastos ng kasal ay nasa kondisyon ng paghiram ng pera mula sa bangko. 너무 추워서 얼어 죽을 판이다. Dahil sobrang malamig, halos mamatay sa lamig.
편	medyo, pagkahilig	저는 뚱뚱한 편입니다. Medyo po mataba ako. 매운 음식을 잘 먹는 편이다. Mahilig akong kumain ng maaanghang na pagkain. 그는 나이에 비해 늙은 편이다. Siya ay medyo matanda para sa kanyang edad. 그분은 엄한 편이다. Medyo mahigpit siya.

(1) Mga halimbawa ng 파생명사 na nagmula sa 용언

- 삶(buhay), 사람(tao), 살림(kabuhayan) ← 살다(mamuhay)
- 그림(drowing) ← 그리다(magdrowing: 그림을 그리다)
- 춤(sayaw) ← 추다(sumayaw: 춤을 추다)
- 꿈(panaginip) ← 꾸다(managinip: 꿈을 꾸다)
- 얼음(yelo) ← 얼다(magyelo)
- 노름(sugal) ← 놀다(maglaro)
- 잠(tulog) ← 자다(matulog: 잠을 자다)
- 이름(pangalan) ← 이르다(magpangalan)
- 짐(pasan), 지게(jige) ← 지다(magpasan)
  * jige: Koreanong katutubong instrumentong panghakot na dala sa likod ng tao.
- 걸음(hakbang) ← 걷다(lumakad)
- 울음(iyak) ← 울다(umiyak)
- 웃음(tawa) ← 웃다(tumawa)
- 싸움(away, laban) ← 싸우다(mag-away, maglaban)
- 숨(hininga) ← 쉬다(huminga: 숨을 쉬다)
- 부채(paypay) ← 부치다(magpaypay: 부채로 부치다)
- 덮개(takip) ← 덮다(magtakip)
- 마개(pasak) ← 막다(magpasak)
- 지우개(pambura) ← 지우다(magbura)
- 집게(sipit) ← 집다(sumipit)
- 믿음(paniniwala) ← 믿다(magtiwala)
- 추위(lamig) ← 춥다(malamig)
- 더위(init) ← 덥다(mainit)

(2) Pangngalang-diwa(동명사): (어간 ng 동사) ~기, ~ㅁ, ~는 것

- 가다(pumunta) → 가기, 감, 가는 것
- 그리다(magdrowing) → 그리기, 그리는 것

SEKSYON 14

- 추다(magsayaw) → 추기, 추는 것
- 놀다(maglaro) → 놀기, 노는 것
- 보다(tumingin) → 보기, 봄, 보는 것
- 쓰다(sumulat) → 쓰기, 씀, 쓰는 것
- 지키다(bantayan) → 지키기, 지킴, 지키는 것
- 샤워하다(maligo) → 샤워하기, 샤워함, 샤워하는 것
- 싸우다(lumaban) → 싸우기, 싸우는 것
- 일하다(magtrabaho) → 일하기, 일함, 일하는 것
- 공부하다(mag-aral) → 공부하기, 공부함, 공부하는 것
- 달리다(tumakbo) → 달리기, 달림, 달리는 것
- 더하다(magdagdag) → 더하기, 더함, 더하는 것
- 빼다(bawasan) → 빼기, 뺌, 빼는 것
- 곱하다(magmultiplika) → 곱하기, 곱함, 곱하는 것
- 나누다(maghati) → 나누기, 나눔, 나누는 것
- Atbp. galing sa lahat ng pandiwa.

(3) Pangngalang-uri(형용명사): (어간 ng 동사) ~기, ~ㅁ
- 푸르다(maasul) → 푸르기, 푸름
- 빠르다(mabilis) → 빠르기, 빠름
- 아름답다(maganda) → 아름답기, 아름다움
- 기쁘다(maligaya) → 기쁘기, 기쁨
- 젊다(bata) → 젊기, 젊음
- 슬프다(malungkot) → 슬프기, 슬픔
- 자유롭다(malaya) → 자유롭기, 자유로움
- 겸손하다(mapagpakumbaba) → 겸손하기, 겸손함
- 깨끗하다(malinis) → 깨끗하기, 깨끗함
- 평화롭다(mapayapa) → 평화롭기, 평화로움
- 행복하다(masaya) → 행복하기, 행복함
- 정직하다(tapat) → 정직하기, 정직함
- Atbp. galing sa lahat ng pang-uri.
  * Ang 형용명사 ay dapat maunawaan at gamitin sa parehong paraan ng 동명사.

(4) Mga halimbawa ng 파생명사 sa pamamagitan ng panlapi(접사) sa salitang-ugat(어근)

① 맏~: pinakamatanda, una, panganay

- 맏딸: unang anak na babae
- 맏아들: unang anak na lalaki
- 맏형: pinakamatandang kapatid na lalaki
- 맏며느리: unang manugang na babae
- 맏사위: unang manugang na lalaki

② 홀~: nag-iisa

- 홀몸: nag-iisang tao
- 홀어머니: inang balo
- 홀아버지: amang balo
- 홀시어머니: biyanang babaeng walang asawa
- 홀시아버지: biyanang lalaking walang asawa
- 홀수: numerong gansal(↔짝수: numerong tukol)

③ 풋~: hilaw

- 풋고추: hilaw na sili
- 풋사과: hilaw na mansanas
- 풋과일: hilaw na prutas
- 풋사랑: maagang pag-ibig
- 풋내기: taong walang karanasan, baguhan

④ 맨~: walang ~

- 맨눈: matang walang salamin
- 맨몸: katawan lang na walang dala
- 맨발: paang yapak
- 맨손: bakanteng kamay na walang dala
- 맨입: bakanteng bibig, salita lang nang walang kapaki-pakinabang na bagay
- 맨바닥: sahig na walang latag
- 맨주먹: hubad na kamao

⑤ **암/암ㅎ~**: babae
- 암수: babae at lalaki
- 암놈/암컷: nilalang na babae
- 암탉: inahin
- 암소: bakang babae
- 암캐: asong babae
- 암고양이: pusang babae
- 암돼지: baboy na babae
- 암나사: tuwerka

⑥ **수/수ㅎ~**: lalaki
- 수놈/수컷: nilalang na lalaki
- 수탉: tandang
- 수소: toro
- 수캐: asong lalaki
- 수고양이: pusang lalaki
- 수돼지: baboy na lalaki
- 수나사: tornilyo

⑦ **노~**: matanda
- 노인: matandang tao
- 노총각: matandang binata
- 노처녀: matandang dalaga
- 노신사: matandang ginoo
- 노대국: dakilang bansa na tumanda

⑧ **~꾸러기/쟁이**: taong nagpapakasobra sa isang bagay o nagpapakalabis sa ugali
- 잠꾸러기: taong matulugin
- 장난꾸러기: taong malikot
- 심술꾸러기/심술쟁이: taong sutil
- 욕심꾸러기/욕심쟁이: taong sakim o gahaman
- 변덕꾸러기/변덕쟁이: taong pabagu-bago ng isip

- 겁쟁이: taong matatakutin
- 거짓말쟁이: taong sinungaling
- 수다쟁이: taong madaldal
  * Ang hulapi ng "~꾸러기" ay karaniwang ginagamit sa bata.

⑨ **~보**: taong nagpapakasobra sa isang bagay sa ugali o may pisikal na depekto
- 울보: taong iyakin
- 꾀보: manlilinlang
- 느림보: taong mabagal
- 뚱뚱보: taong mataba
- 땅딸보: taong pandak at mataba
- 째보: taong bingot
- 털보: taong balbasin
- 곰보: taong may bulutong
- 먹보: taong matakaw

⑩ **~가/사**: taong may propesyon
- 전문가: espesyalista
- 사업가: negosyante
- 작가: manunulat
- 극작가: manunulat ng dula
- 화가: pintor
- 소설가: nobelista
- 의사: manggagamot
- 교사: titser
- 변호사: abogado
- 간호사: nars
- 박사: doktor
- 판사: hukom
- 항해사: piloto ng barko
- 비행사: abyador

⑪ **~꾼**: taong may sekular na trabaho o ginagawa ang isang bagay sa ugali

- 장사꾼: taong nagbibili at nagbebenta
- 노름꾼: sugarol
- 구경꾼: manonood
- 싸움꾼: taong palaaway
- 일꾼: trabahador
- 짐꾼: kargador
- 나무꾼: mangangahoy
- 낚시꾼: mamimingwit
- 사기꾼: mandaraya

⑫ **~질**: paggawa

- 양치질: pagsisipilyo
- 바느질: pananahi
- 가위질: paggugupit
- 도끼질: pagsisibak
- 톱질: paglalagari
- 손가락질: pagtuturo ng darili
- 도둑질: pagnanakaw
- 계집질: pakikiapid
- 서방질: pangangalunya

⑬ **숫~**: malinis, dalisay, walang kasalanan

- 숫총각: inosenteng binata
- 숫처녀: malinis na dalaga

♣ **Mga halimbawa ng pangngalang solong pantig(단음절명사)**
  * Ang salita sa panaklong( ) ay salitang dayuhang pinagmulan.

1) Kaugnay sa katawan

• 귀: tainga	• 넋: kaluluwa, espiritu	• 눈: mata	• 등: likod
• 목: leeg	• 몸: katawan	• 발: paa	• 배: tiyan
• 볼/뺨: pisngi	• 뼈: buto	• 뿔: sungay	• 살: laman

130

- 손: kamay
- 위(胃): sikmura
- 입: bibig
- 코: ilong
- 키: tangkad, taas
- 턱: panga
- 털: buhok
- 팔: braso
- 폐(肺): baga
- 피: dugo
- 혀: dila
- 혹: bukol
- 혼(魂): kaluluwa, espiritu

2) Mga nilalang na may puso

- 개: aso
- 곰: oso
- 나: ako
- 남: ibang tao, estranghero
- 너: ikaw
- 닭: manok
- 딸: anak na babae
- 말: kabayo
- 뱀: ahas
- 벌: bubuyog
- 벗: kaibigan
- 새: ibon
- 소: baka
- 신(神): Diyos
- 양(羊): tupa
- 용(龍): dragon
- 학(鶴): crane
- 형(兄): kuya

3) Mga nilalang na walang puso

- 강(江): ilog
- 금(金): ginto
- 달: buwan
- 돌: bato
- 들: kapatagan, hindi pa nabubungkal na bukid
- 땅: lupa
- 무: labanos
- 물: tubig
- 벼: tanim na palay
- 별: bituin
- 산(山): bundok
- 섬: isla
- 은(銀): pilak
- 차(茶): tsaa
- 파: berdeng sibuyas
- 풀: damo, halaman
- 해: araw
- 흙: lupa, lupa

4) Mga produkto mula sa mga kalikasan

- 감: persimmon
- 귤: dalandan
- 김: pinasingaw
- 꽃: bulaklak
- 꿀: pulot
- 낮: araw
- 눈: snow
- 땀: pawis
- 떡: rice-cake
- 똥: dumi, tae
- 밤: chestnut
- 밤: gabi
- 병(病): sakit, karamdaman
- 병(瓶): bote
- 봄: tagsibol
- 비: ulan
- 빛: liwanag
- 솜: bulak
- 쇠: bakal
- 쌀: bigas
- 암(癌): kanser
- 잎: dahon
- 침: laway
- 콩: bean

Postposisyon(PP: 조사)

Sa seksyong ito matututunan natin ang isa sa dalawang
pinakakumplikadong bahagi na 조사 para sa 체언 at 어미변화(pagbabago
ng salitang-katapusan) para sa 용언. Ito ang mga pangunahing pagkakaiba
ng 한국어 na isang agglutinative na wika(교착어) mula sa 필리핀어 na isang
inflectional na wika(굴절어). Ang 조사 ay isinisulat nang walang agwat sa
likod ng 체언 at gumaganap bilang pang-ugnay sa sumusunod na salita.

Ang 조사 ay pinaghahati-hati tulad ng sumusunod.

- 격조사: PP-pangkaukulan
  * 주격조사: PP-pansimuno   * 목적격조사: PP-panlayon
  * 보격조사: PP-pangkaganapan   * 관형격조사: PP-pampaunang-pangngalan
  * 부사격조사: PP-pansalitang-abay   * 서술격조사: PP-pampanaguri
  * 호격조사: PP-pampanawag
- 보조사: PP-pantulong

Ang 격조사 ay ginagamit para nagpapahayag ng kaukulan ng 체언 sa balangkas ng pangungusap nang walang ekstrang kahulugan. Ang mga 격조사 ng 주격, 목적격, 보격 at 관형격 ay puwedeng tanggalin sa pangungusap na kolokyal dahil ang kaukulan ng 체언 ay alam na galing sa posisiyon nitong 체언 sa pangungusap.

(1) 주격조사

① Ang mga saligang 주격조사 ay "~이" at "~가"(Seksyon 4) na ginagamit para magpahayag ng simunong kaukulan.

Ang "~은" at "~는" ay 보조사 na puwedeng ginagamit sa halip ng "~이" at "~가" para sa karagdagang kahulugan sa pangungusap.

② **~께서**: Ginagamit para magalang sa simunong ika-3 panauhan.

- 할아버지<u>께서</u> 그렇게 말씀하셨어.
  Ganyan ang sinabi ng lolo.

- 오늘 회의<u>에</u> 사장님<u>께서</u> 참석하실 예정입니다.
  Ang presidente po ay makikisali sa miting ngayon.

  * Ang "~에" ay isang 부사격조사 na ginagamit para sa lugar, panahon, direksyon at iba pa.

  * Ang "~(동사)ㄹ 예정이다." ay nagpapahayag ng hula sa 미래시제.

- 할머니<u>께서</u> 지금 주무시고 계십니다.
  Natutulog po ang lola ngayon.

③ **~에서**: Ginamit nang madalas bilang 부사격조사 na nangangahulugang "sa/ mula sa isang lugar o oras", ngunit kapag ang simuno ay pangalan ng samahan tulad ng paaralan, kumpanya, pamahalaan at iba pa, maaari itong magamit bilang 주격조사.

- 회사<u>에서</u> 월급을 올린다고 합니다.
  Sinasabi pong ang kumpanya ay magtataas ng suweldo.

SEKSYON 15

133

- 이것은 정부에서 추진하는 사업이다.

  Ito ay proyektong ginagawa ng gobyerno.

- 내일 학교에서 소풍을 갑니다.

  Bukas po ay magpipiknik ang mga estudyante ng paaralan.

④ Pagkakaltas ng 주격조사 sa estilo ng kolokyal

- 영수는 뭐 해요? → 영수 뭐 해요?

  Ano po ang ginagawa ni Yeongsu?

- 아버님은 집에 안 계십니다. → 아버님 집에 안 계십니다.

  Wala po ang ama sa bahay.

- 사장님은 언제 돌아오세요? → 사장님 언제 돌아오세요?

  Kailan po babalik ang presidente?

⑤ Pagpapaikli ng "~는" at "~은"

Ang "~는" at "~은" ay madalas na pinaikli sa kolokyal na ekspresyon kapag pinagsama sa mga panghalip(나/저/너/우리/저희/너희, 이것/그것/저것, 여기/ 거기/저기 ☞ Section 6).

- 난(← 나는) 영호를 좋아해.

  Gusto ko si Yeongho.

  * 너는 → 넌, 우리는 → 우린, 저희는 → 저흰, 너희는 → 너흰

- 이건(← 이것은) 순희의 공책이다.

  Ito ang notbuk ni Sunhi.

  * 그것은 → 그건, 저것은 → 저건

- 여긴(← 여기는) 왜 왔어?

  Bakit ka pumunta dito?

  * 거기는 → 거긴, 저기는 → 저긴

(2) **목적격조사** ☞ Seksyon 4(Pormula 4)

① Pagkakaltas ng 목적격조사 sa estilo ng kolokyal

- 철수가 영미를 좋아해요. → 철수 영미 좋아해요.

  Gusto po ni Cheolsu si Yeongmi.

- 지금 맥주를 마시고 있어요. → 지금 맥주 마시고 있어요.

  Umiinom po ng serbesa ngayon.

- 오늘 밤에 영화를 보러 갈 예정이다. → 오늘 밤(에) 영화 보러 갈 예정이다.

  Mamayang gabi ay pupunta para manood ng sine.

  * Ang "~에" ay isang 부사격조사 para sa 체언 na oras, petsa, lugar, gawi o iba pa. Kung sakaling ang "~에" ay para sa oras o petsa, posibleng tanggalin sa kolokyal na ekspresyon.

② Pagpaikli ng 목적격조사(~를)

Sa kolokyal na expresyon, pag ang "~를" ay pinagsama sa mga panghalip(나, 저, 너, 우리, 저희, 너희, 누구) na ang huling pantig ay walang panghuling katinig, ang "~를" ay kadalasang pinaikli.

- 난 널(← 너를) 사랑해.

  Mahal kita.

- 넌 누굴(← 누구를) 좋아하느냐?

  Sino ang gusto mo?

- 선생님이 우릴(← 우리를) 기다리신다.

  Naghihintay na sa amin ang guro.

  * 나를 → 날, 저를 → 절, 저희를 → 저흴, 너희를 → 너흴

(3) **보격조사** ☞ Seksyon 4(Pormula 2)

① Pagkakaltas ng 보격조사 sa estilo ng kolokyal expression

- 너는 어른이 된다. → 너는/넌 어른 된다.

- 구름이 비가 된다. → 구름이 비 된다.

- 이것은 옷이 아니다. → 이것은/이건 옷 아니다.

(4) **관형격조사** ☞ Seksyon 13[Paunang-pangngalang paari(소유격 관형사)]

(5) 부사격조사

Ang 부사격조사 ay tumutugma sa pang-ukol(sa, mula sa...) ng 필리핀어 at gumagawa ng 체언 sa 부사어 na naglalarawan ng sumusunod na 서술어.

Tungkulin	조사	예문
lugar na mayroon	~에	한국에 저의 가족이 살고 있어요. Nakatira po ang pamilya ko sa Korea. 할머니는 거실에 계신다. Ang lola ay nasa sala. 형은 지금 집에 없어요. Ang kuya po ay wala sa bahay ngayon.
lugar ng pagkilos/ paggawa	~에서	할아버지는 방에서 주무시고 계십니다. Ang lolo po ay natutulog sa kuwatro. 운동장에서 친구와 축구를 했어요. Sa palaruan ay nagputbol kasama ang kaibigan. * Ang "~와/~과" ay din 부사격조사 na pangkasama. 저는 어디에서 자요? Saan po ako matutulog?
hangganan ng pagkilos/ paggawa	~에	피곤하면 침대에 누워라. Kung pagod, humiga ka sa kama. 엄마는 쟁반 한 개를 탁자에 놓았다. Ang Nanay ay naglagay ng isang bandeha sa mesa. 선생님은 칠판에 "조용히"라고 썼다. Ang titser ay sumulat ng "Tahimik" sa pisara. * Ang "~라고" ay din 부사격조사 para sa pagsiping tuwiran.
lumalayo galing sa lugar o bagay	~에서, ~에서부터	필리핀에서 친척이 왔어요. Dumating ang kamag-anak galing sa Pilipinas. 어디에서 오셨습니까? Saan po kayo galing? 기차역에서부터 걷고 있습니다. Naglalakad po ako galing sa istasyon ng tren. * Ang "~에서부터" ay nagpapahayag ng saktong lugar ng pag-alis.
lumalapit sa lugar o bagay	~에, ~(으)로	드디어 집에 도착했다. Tuluyang dumating sa bahay. 그는 키가 커서(← 크다/malaki, matangkad) 머리가 천장에 닿는다. Dahil matangkad siya, umaabot ang ulo sa kisame. * Ang "~에" ay nagpapahayag ng lugar ng pagdating.

lumalapit sa lugar o bagay	~에, ~(으)로	* Ang "커서" ay mula sa "크다(matangkad/malaki, 규칙 형용사 ☞ Seksyon 15) at ang "커서" ay binago ng isang salitang-katapusang pang-ugnay(~어서 ☞ Seksyon 20) na nagpapahiwatig ng dahilan. 너의 집에/집으로 가거라. Umalis ka sa bahay mo. 바닷가에/바닷가로 오세요. Halikayo sa tabing-dagat. * Ang "~(으)로" ay nagpapahayag ng direksiyon. Pag may 받침자음 kundi "ㄹ" sa huling titik, gumagamit ng "~으로". Pag walang 받침자음 kundi "ㄹ", gumagamit ng "~로". 그는 정원의 꽃에 물을 주었다. Siya ay nagdilig ng bulaklak sa hardin.
indikasyon ng oras	~에, ~부터	아침 여덟 시에 떠날 예정입니다. Aalis po nang alas-otso ng umaga. 내일 아침에 공항에서 만나자. Magkita tayo sa paliparan bukas ng umaga. 나는 작년에 대학교를 졸업했다. Ako ay nagtapos sa unibersidad noong isang taon. 우리는 이번 가을에 결혼할 예정입니다. Kami po ay ikakasal sa darating na tagsibol. 한국어 수업은 열 시에/시부터 시작해요. Magsisimula po ang klase ng 한국어 nang alas-diyes. * Ang "~부터" ay ginagamit para sa pagpapahayag ng saktong oras ng pagsisimula. 영어 수업은 다섯 시에 끝난다. Matatapos ang klase ng Ingles nang alas-singko. 미사는 한 시간 후에 끝납니다. Matatapos ang misa pagkatapos ng isang oras. 기차는 10분 전에 떠났다. Ang tren ay umalis 10 minuto na ang nakaraan. * Maaaring tanggalin ang "~에" –부사격조사 kung sakaling tumukoy sa oras sa istilong kolokyal.
lumalayo galing sa tao o hayop	~에게서, ~한테서, ~로부터	아버지에게서/아버지로부터 용돈을 받았습니다. Tumanggap po ng baong pera galing sa ama. 친구에게서/친구한테서/친구로부터 편지가 왔다. Dumating ang liham galing sa kaibigan. 그는 개한테서/개로부터 멀리 달아났다. Siya ay tumakbo nang malayo magmula sa aso. 그 아이는 엄마에게서/엄마한테서/엄마로부터 멀어졌다. Ang batang iyan ay lumayo galing sa nanay. * Ang "~한테서" ay kolokyal.

lumalapit sa tao o hayop (Datibong kaukulan)	~에게 (~한테)	개가 고양이에게/고양이한테 달려갔다. Tumakbo ang aso sa pusa. 철수가 영자에게/영자한테 꽃을 선물했다. Nagregalo si Cheolsu ng bulaklak kay Yeongja. 저는 아버님에게 용돈을 드렸습니다. Nagbigay po ako ng baong pera sa ama. 미국은 우리에게 중요한 우방이다. Ang Estados Unidos ay importanteng bansang kaalyado natin. * Ang "~한테" ay din kolokyal.
sama-sama bilang kasosyo o karibal	~와, ~과, ~(이)하고, ~(이)랑	우리는 어젯밤 적군과 싸웠다. Kami ay nakipaglaban sa kaaway kagabi. 저는 영미와 결혼하고 싶습니다. Gusto ko pong pakasalan si Yeongmi. 영수는 석현이하고 수영하고 있다. Si Yeongsu ay lumalangoy kasama si Seokhyeon. 철수와 기택은 친구이다. Sina Cheolsu at Gitaek ay magkaibigan. 저는 영선이랑 술래잡기를 했어요. Ako po ay naglaro ng taguan kasama si Yeongseon. 저는 아침에 커피랑 빵을 먹어요. Kumakain po ako ng kape at tinapay sa umaga. 바나나와 파인애플과 망고는 필리핀의 주요 과일이다. Ang saging, pinya at mangga ay pangunahing prutas ng Pilipinas. * Ang "~(이)하고" at "~(이)랑" ay kolokyal.
kakayahan, kalagayan	~(으)로, ~(으)로서	나는 군인으로서 나라를 지킨다. Nagtatanggol ako ng bansa bilang sundalo. 그는 대통령으로서 임무를 수행하고 있다. Tinutupad niya ang tungkulin bilang Pangulo. 혜영은 그를 친구로서 돕는다. Si Hyeyeong ay tumutulong sa kanya bilang kaibigan. * Ang pangngalan na kinabit ng "~(으)로서" ay nangangahulugan ng simuno sa pangungusap, kaya ang "혜영" at "친구" ay parehong tao. 민오는 영희를 친한 친구로 생각한다. Iniisip ni Mino si Yeonghi bilang matalik na kaibigan. 수미는 그를 남편으로 맞았다. Tinanggap siya ni Sumi bilang asawa. 우리는 그를 대표로 뽑았다. Inihalal natin siya bilang kinatawan. * Ang pangngalan na kinabit ng "~(으)로" ay nangangahulugan ng layon sa pangungusap, kaya ang "그" at "대표" ay parehong tao.

instrumento, paraan, kasangkapan	~(으)로, ~(으)로써	그는 분필로 벽에 '소변금지'라고 썼다. Siya ay sumulat ng 'Bawal umihi' sa pader sa pamamagitan ng yeso. 나는 비행기로 필리핀에 간다. Pumupunta ako sa Pilipinas sakay ng eruplano. 그는 빌린 돈으로 집을 샀다. Bumili siya ng bahay sa pamamagitan ng inutang na pera. 그는 죽음으로/죽음으로써 공산주의에 반대했다. Sinalungat niya ang komunismo sa pamamagitan ng kamatayan. 이 길로 가세요. Pumunta kayo sa daang ito. 빵은 밀가루로 만듭니다. Ginagawa po ang tinapay sa pamamagitan ng harina. 그는 나무로 집을 지었다. Ginawa niya ang bahay sa pamamagitan ng kahoy. 그는 감사의 뜻을 말로/말로써 표현하였다. Nagpahayag siya ng pasasalamat sa mga salita. * "~(으)로써" ay ginagamit sa estilo ng pampanitikan.
hangganan	~부터, ~까지, ~부터 ~까지, ~에서 ~까지	나부터 강을 건너겠다. Ako muna ang tatawid ng ilog. 너부터 해 봐. Ikaw muna ang sumubok. 끝까지 최선을 다해라. Gawin mo ang lahat ng makakaya hanggang katapusan. 학교부터/학교에서 집까지 얼마나 멀어? Gaano kalayo mula sa paaralan hanggang bahay? 처음부터 중간까지 읽어라. Bumasa ka mula sa simula hanggang gitna. 서울부터/서울에서 부산까지 얼마나 걸립니까? Gaano po katagal galing sa Seoul hanggang Busan? * Ang "~에서" at "~부터" ay maaaring magamit nang magkasama para sa panimulang punto ng oras o lugar, ngunit kung ang oras ng pagsisimula ay hindi eksakto, ang "~에서" ay hindi ginagamit. 저는 월요일부터/월요일에서 수요일까지 휴가입니다. Ako po ay nasa bakasyon mula sa Lunes hanggang Miyerkules. 점심시간은 12시부터/12시에서 1시까지입니다. Ang oras ng tanghalian po ay mula sa alas-dose hanggang ala-una. 작년부터 한국에서 살고 있다. Nakatira sa Korea mula noong nakaraang taon. 2008년부터/2008년에서 2010년까지 나는 따가이따이 시에서 살았다. Mula 2008 hanggang 2010 nakatira ako sa Tagaytay City.

dahilan	~(으)로, ~에	많은 사람이 암으로 죽는다. Namamatay ang maraming tao dahil sa kanser. 폭우로/폭우에 집들이 떠내려갔다. Tinangay ang mga bahay dahil sa malakas na ulan. 태풍으로/태풍에 많은 나무가 쓰러졌다. Natumba ang maraming puno dahil sa bagyo. 나는 바람 소리에 잠이 깼다. Dahil sa ingay ng hangin ay gumising ako. 왕자의 탄생으로/탄생에 온 국민이 기뻐했다. Ikinaligaya ng buong tao ng bansa ang pagsisilang ng prinsipe.
yunit	~에	나는 수박 한 통을 500원에 샀다. Bumili ako ng isang pakwan sa halagang 500Won. 임대료는 한 달에 30만 원이다. Ang upa ay 300,000Won sa isang buwan. 쌀 한 포대에 5만 원입니다. Ang isang sako ng bigas po ay limampung libong Won.
pagbabago, pagkakaiba-iba	~(으)로	날씨가 추워서 물이 얼음으로 변했다. Dahil sa lamig ng panahon ay naging yelo ang tubig. 임대료를 10만원에서 20만원으로 인상했다. Nagtaas ng upa mula sa 100,000Won ay naging 200,000Won. 그는 사기꾼으로 알려졌다(← 알려지다). Nakilala siya bilang mandaraya. 뽕나무 밭이 바다로 변했다. Ang bukid ng mulberry ay nagbago sa dagat.
pagkakaibang paghahambing	~보다	이 산은 저 산보다 (더) 높다. Ang bundok na ito ay mas mataas kaysa sa bundok na iyon. 영자는 순자보다 (더) 키가 크다. Si Yeongja ay mas matangkad kaysa kay Sunja. * Ang "더" ay pang-abay na nangangahulugang "mas". · 많다/더 많다: marami/mas marami · 빠르다/더 빠르다: mabilis/mas mabilis 비행기는 기차보다 훨씬 (더) 빠르다. Ang eruplano ay mas mabilis nang sobra kaysa sa tren.
katumbas na paghahambing	~처럼, ~만큼	혜영이는 순희처럼/순희만큼 예쁘다. Si Hyeyeong ay kasingganda ni Sunhi. 기호는 영철이처럼/영철이만큼 빨리 달린다. Si Giho ay tumatakbo nang kasimbilis ni Yeongcheol. 오늘은 어제처럼/어제만큼 춥지 않다. Ngayon ay hindi kasinlamig tulad kahapon. 하늘만큼 땅만큼. Kasing laki ng langit, kasing laki ng lupa.

kalagayan, larangan	~에서	이 세상에서 가장 아름다운 여자는 누구냐? Sino ang pinakamagandang babae sa mundong ito? 저는 가난한 가정에서 근면을 배웠습니다. Natuto po ako ng kasipagan sa mahirap na tahanan. 한국사회에서 가장 어려운 문제는 지역감정이다. Ang pinakamahirap na problema sa sambayanan ng Korea ay damdaming pampook. 우리 반에서 영수가 제일 똑똑하다. Si Yeongsu ay pinakamatalino sa ating klase.
pagsiping tuwiran (직접화법)	~라고	동수는 "저는 학교에 가요."라고 말했다. Sinabi ni Dongsu, "Pumupunta po ako sa paaralan." 그는 "도둑이야!"라고 소리쳤어요. Nagsigaw po siya, "Magnanakaw!" 경찰은 "그 사람 누구냐?"라고 물었다. Nagtanong ang pulis, "Sino siya?"
pag-alinsunod, pagsusubaybay	~대로	모든 것이 내 생각대로 되었다. Nangyari ang lahat ayon sa naiisip ko. 저 아이는 무엇이든지 제멋대로 한다. Ginagawa ng batang iyon ang anuman sa sariling paraan niya. 그들은 왕의 명령대로 행동했다. Sila ay kumilos nang naaalinsunod sa iniutos ng hari. 네 마음대로 해라. Bahala ka. 모든 일이 계획대로 진행되었다. Nagpatuloy ang lahat alinsunod sa plano.

(6) 서술격조사 ☞ Seksyon 4, 7, 8, 10

Kabilang sa mga uri ng postposition, ang 서술격조사(~이다) ay natatanging postposition dahil nagbabago ang salitang-katapusan ng "~이다" batay sa panahunan at ang antas ng paggalang tulad ng 용언.

(7) 호격조사 ☞ Seksyon 4(Kauklang pantawag)

(8) 부사격조사 para sa pagsiping di-tuwiran(간접화법)

Uri ng Pangungusap	조사	예문
① 평서문 na may 동사 o 형용사 ② 감탄문	~고	동수는 학교에 간다고 말했다./했다. Sinabi ni Dongsu na pumupunta siya sa paaralan. 민지는 빵을 먹겠다고 말했어요./했어요. Sinabi po ni Minji na kakain siya ng tinapay. 형이 할아버지는 주무신다고 말했습니다./했습니다. Sinabi po ng kuya na ang lolo ay natutulog. 그는 집이 정말 크다고 말했어요. Sinabi po niya na totoong malaki ang bahay. 꽃이 매우 아름답다고 누나가 감탄했다. Hinangaan ng ate ko ang napakagandang bulaklak. 수미는 경치가 아름답다고 말했다. Sinabi ni Sumi na maganda ang tanawin. 영수는 착하다고 선생님께서 칭찬하셨어요. Pinuri po ng guro ang kabaitan ni Yeongsu.
평서문 na may 서술격조사	~(이)라고, ~이/가 아니라고	그는 직업이 군인이라고 썼다. Sinulat niya na sundalo ang trabaho niya. 순미는 학생이라고 말했어요. Sinabi po ni Sunmi na estudyante raw siya. 자기는 도둑이 아니라고 철호가 주장했다. Ipinilit ni Cheolho na hindi siya magnanakaw. 민호는 교사가 아니라고 아버지가 말씀하셨다. Sinabi ng ama na hindi titser si Minho.
의문문	~(이)냐고	아버지께서 왜 나가냐고 물으셨다. Nagtanong ang ama kung bakit lumalabas ako. 엄마가 뭐 먹냐고 물었어요. Nagtanong po ang inay kung ano ang kinakain ko. 경찰은 직업이 무엇이냐고 물었어요. Tinanong po ng pulis kung ano ang trabaho ko. 수업이 재미있냐고 선생님이 질문하셨다. Nagtanong ang titser kung masaya ang klase.
명령문	~(으)라고	사장님이 내일부터 출근하라고 말했어요. Sinabi po ng presidente na pumasok mula bukas. 더 열심히 공부하라고 선생님이 말씀하셨다. Sinabi ng titser na mag-aral nang mas mabuti. 장군은 적의 공격을 막으라고 명령했다. Nag-utos ang heneral na hadlangan ang pagsalakay ng kaaway.

청유문	~자고	영희가 영화를 보자고 말했다. / 했다. Sinabi ni Yeonghi na manood tayo ng pelikula. 아내가 필리핀에서 살자고 말했어요./했어요. Sinabi po ni misis na tumira kaml sa Pilipinas.

* Ang "~고 말하다." at "~고 하다." ay may parehong kahulugan bilang "sabihin na ~". At "~고 말씀하셨다./하셨다." ay ang panahong pangnakaraan ng "~고 말씀하시다./하시다." na napakagalang na pagpapahayag.

♣ **Pagsiping di-tuwirang kolokyal**

① (용언)~대요./~답니다.

- 동수는 학교에 간다고 말했어요./말했습니다.

  → 동수는 학교에 간대요./간답니다.

- 민지는 빵을 먹겠다고 말했어요./말했습니다.

  → 민지는 빵을 먹겠대요./먹겠답니다.

- 그는 집이 정말 크다고 말했어요./말했습니다.

  → 그는 집이 정말 크대요./크답니다.

- 수미는 경치가 아름답다고 말했어요./말했습니다.

  → 수미는 경치가 아름답대요./아름답답니다.

② [서술격조사, ~(이)다]~(이)래요./~(이)랍니다.

- 순미는 학생이라고 말했어요./말했습니다.

  → 순미는 학생이래요./학생이랍니다.

- 그는 선생이 아니라고 말했어요./말했습니다.

  → 그는 선생이 아니래요./아니랍니다.

- 그는 직업이 군인이라고 말했어요./말했습니다.

  → 그는 직업이 군인이래요./군인이랍니다.

③ (동사 sa 청유문)~재요./~잡니다.

- 영희가 영화를 보자고 말했어요./말했습니다.

  → 영희가 영화를 보재요./보잡니다.

- 아내가 필리핀에서 살자고 말했어요./말했습니다.

  → 아내가 필리핀에서 살재요./살잡니다.

* Kung "요" mula sa "~대요.", "~(이)래요." at "~재요." sa mga halimbawang pangungusap sa itaas ay inalis, ang mga pangungusap ay nagiging kolokyal na 반말.

2 보조사

Ang 보조사 na nagpapahayag ng palagay ng taong nagsasabi o nagdaragdag ng karagdagang kahulugan sa nauunang 체언 ay ginagamit sa halip ng 격조사 o kasama ang 격조사.
Ang 보조사 ay hindi matatanggal mula sa pangungusap dahil sa karagdagang kahulugan.

(1) Paggamit ng 보조사

보조사	의미	예문
~은, ~는	paghahambing, pagkakaiba, paglalarawan tungkol sa simuno	밤은 어둡고, 낮은 밝다. Madilim ang gabi at maliwanag ang araw. 저는 필리핀에서 온 마틴 후안이라고 합니다. Ako po ay si Juan Martin galing sa Pilipinas. 우리 강아지는 밖에서 오줌을 누지 않는다. Hindi umiihi ang tuta natin sa labas. 저는 그것이 좋은 방법이라고 생각합니다. Iniisip ko pong mabuting paraan iyan. 영희는 더 많은 돈이 필요하다고 주장한다. Pinipilit ni Yeonghi na kailangan ng mas maraming pera. 고래는 물고기가 아니다. Ang balyena ay hindi isda. 그 바나나는 영수가 먹었다. Kumain si Yeongsu ng saging na iyan. 오늘 회의의 주제는 한국의 미래입니다. Ang paksa sa miting ngayon po ay ang hinaharap ng Korea.
~밖에	di -pagsasama	그는 우리 반에서 명숙이밖에 좋아하지 않는다. Ayaw niya ang lahat sa ating kaklase maliban kay Myeongsuk. 저는 만 원밖에 없습니다. Wala po akong pera maliban sa sampung libong Won.

~밖에	di -pagsasama	나는 너밖에 모른다. Wala akong sinuman kilala maliban sa iyo. * Ang "~밖에" ay palaging sinusundan ng negatibong panaguri.
~만, ~뿐(이다.)	pagkakaiba-iba, eksklusibo, limitasyon	나는 너만 믿는다. Ikaw lamang ang pinagkakatiwalaan ko. 나만 오늘 학교에 갔다. Ako lang ang pumunta sa paaralan. 그가 좋아하는 학생은 지민이뿐이다. Ang estudyanteng gusto niya ay si Jimin lang. 믿을 사람은 너뿐이다. Wala akong ibang taong inaasahan kundi ikaw lang. * Ang "~만/뿐" ay mayroong simetriko na kahulugan sa "~밖에".
~마다	kalahatan, tuwi, bawat	날마다: araw-araw 이틀마다: tuwing makalawa 집집마다: bawat bahay 3년마다: tuwing ikatlong taon 곳곳마다: kahit saan 갈 때마다: sa tuwing pumupunta 너를 볼 때마다 너의 아버지가 생각난다. Sa tuwing nakikita kita, iniisip ko ang iyong ama. 사람마다 그를 칭찬한다. Lahat ay pinupuri siya. 버스는 5분마다 떠난다. Ang bus ay umaalis tuwing 5 minuto. 그녀는 만나는 사람마다 그 이야기를 한다. Sinasabi niya ang kuwento sa lahat ng nakatagpo niya.
~도, ~조차, ~마저, ~까지	pagsasama	나뿐만 아니라 정국이도 노래를 잘해요. Hindi po ako lamang kundi si Jeongguk din ay magaling kumanta. 너도 혜주도 태영이도 우리 학교의 학생들이다. Ikaw din, si Hyeju rin at si Taeyeong din ay mga estudyante ng paaralan natin. 영만이도/조차/마저/까지 학교에 오지 않았다. Si Yeongman din ay hindi pumasok sa paaralan. 이런 것까지 사오셨어요? Bumili rin po ba kayo nito? * Ang "조차" at "~마저" ay para sa negatibong kalagayan sa karaniwan.

~(이)라도	pagpapahinuhod, kahit ~	돈이 없으면, 구걸이라도 해라. Kung wala kang pera, magmakaawa ka pa. 아줌마, 돈이 조금밖에 없으면, 천원이라도 주세요. Tita, kung kaunti lang ang pera, bigyan ninyo ako ng kahit isang libong Won. 어린애라도 그것을 안다. Kahit isang bata alam iyan.
~(이)거나, ~(이)든, ~(이)든지, ~(이)든가	kahit ano, anuman, kung ano pa man	택시거나(~든/~든지/~든가) 버스거나(~든/~든지/~든가) 아무거나 타자. Sumakay tayo ng taxi o bus o kung ano pa man. 사과든(~든지/~거나/~든가) 귤이든(~이든지/~이거나/~이든가) 배든(~든지/~거나/~든가) 뭐든(=무엇이든) 좋아한다. Mansanas o orange o peras, gusto ko ang anuman. 돈이든가(~이든/~이거나/~이든지) 쌀이든가(~이든/~이거나/~이든지) 뭐든지(=무엇이든지) 너에게 주겠다. Bibigyan kita ng pera o bigas o kung ano pa man.
~(이)라고	pinangngalanan, tinatawag	존이라고 하는 사람 Isang lalaking tinatawag na si Juan 그 당시 한국을 고려라고 불렀다. Tinawag nilang "Koryŏ" ang Korea noong panahong iyon. 자네가 가는 곳이 어디라고 했나? Saan mo sinabing pupunta ka?
~들	Simunong pangmarami	울지들 마라. Huwag kayong umiyak. 벌써 다들 떠났다. Umalis na lahat sila. 많이들 먹어라. Kumain kayo nang marami. 어서들 오세요. Maligayang pagdating ninyo. 빨리들 가거라. Dali-dali na kayong pumunta. 식사들 하셨습니까? Kumain na po ba kayo? 어서 밥들 먹어라. Kumain na kayo. 결혼들은 했을까? Ikinasal ba sila? * Ang "~들" ay kinakabit sa pang-abay, pangngalan. panghalip o 용언 para nagpapahayag na ang simuno ng pangungusap ay maramihan.

(2) **Mga halimbawa ng paggamit ng 보조사 kasama ang 격조사**

- 사람은 빵만으로(만 + 으로) 살 수 없다.

  Hindi puwedeng mamuhay ang tao sa tinapay lang.

- 나에게는(에게 + 는) 명예가 가장 중요하다.

  Ang karangalan ay pinakaimportante sa akin pala.

- 정국이는 왼손으로도(으로 + 도) 글씨를 잘 쓴다.

  Sa kaliwang kamay din ay magaling si Jeongguk na sumulat.

- 내 강아지는 방안에서만(에서 + 만) 잘 논다.

  Ang aking tuta ay naglalaro nang mabuti sa loob ng kuwarto lang.

- 나는 서울로는(로 + 는) 안 간다.

  Hindi pala ako pupunta sa Seoul.

- 공산주의 국가에서는(에서+는) 자유가 없다.

  Sa bansang komunista walang kalayaan.

Salitang-may-Deklinasyon I
(Pandiwa)
(용언 I: 동사)

Ang 용언 na naglalarawan ng simuno o layon bilang panaguri nang detalyado sa pamamagitan ng pagbabago ng 어미 ay may dalawang 품사(동사, 형용사).

At saka, ang 서술격조사(~이다) ay maaring gamitin din tulad ng 용언. Tungkol sa pagbabago ng salitang-katapusan(어미변화) ng 용언, mag-aaral sa Seksyon 21 at 22.

Sa 한국어 ay totoong magkatulad ang 동사 at 형용사, kaya sinasabi ang 형용사 ay isang bahagi ng 동사 o ang 동사 at ang 형용사 ay magkapatid. Samakatuwid, ang mga alituntunin ng pagbabanghay para lamang sa 동사 sa 필리핀어 ay inilalapat din sa 형용사 sa 한국어.

♣ **Mga pangunahing pagkakaiba sa 동사 at 형용사**

구분 (Pagbubukud-bukod)	동사 (예) 가다/pumunta, 먹다/ kumain, 공부하다/mag-aral)	형용사 (예) 아름답다/maganda, 바쁘다/abala, 검다/maitim 시원하다/malamig-lamig)
어미 ng panaguri sa 현재시제:	"~ㄴ다." o "~는다." (간다. 먹는다. 공부한다.)	Walang pagbabago (아름답다. 바쁘다. 검다. 시원하다.)
Kapag gamitin bilang 관형사 sa 현재시제:	"~ㄴ" o "~는" (가는, 먹는, 공부하는)	"~ㄴ", "~은" o "~운" (아름다운, 바쁜, 검은, 시원한)
어미 na pandamdam sa 현재시제:	"~는구나!" (가는구나! 먹는구나! 공부하는구나!)	"~구나!" (아름답구나! 바쁘구나! 검구나! 시원하구나!)
Kapag ang "~아라./~어라." ay ginagamit bilang 어미:	Pautos (가거라. 먹어라. 공부해(← 하여)라.)	Pandamdam (아름다워라! 바빠라! 검어라! 시원해(← 하여)라!)

♣ **Ang 동사 ay hinahati-hati ng pandiwang regular(규칙동사) at pandiwang iregular(불규칙동사) batay sa tipo ng pagbabago sa 어간 at 어미. Sa seksyong na ito, mag-aaral ng mga uri ng 규칙동사 at 불규칙동사 at saka pandiwang pantulong(보조동사) at pandiwang pinagsimulan(파생동사).**

1 규칙동사

- Kaso 1: Walang pagbabago sa 어간 para sa anumang pagbabanghay at 어미변화.
- Kaso 2: Kahit na may pagbabago, maaari itong ipaliwanag ng karaniwang tuntunin na naaangkop sa lahat ng iba pang parehong uri ng 동사.

(1) Walang pagbabago ng 어간[예: 읽다 → 읽(어간) + 다(어미)]

- 나는 책을 읽는다.
  Ako ay bumabasa ng libro.

- 너는 이 책을 읽었느냐?
  Bumasa ka ba ng librong ito?

• 우리 책을 읽자.

Bumasa tayo ng libro.

• 너는 책을 매우 잘 읽는구나!

Bumabasa ka ng libro nang sobrang mabuti!

* Ang 동사 tulad ng "읽다" na walang pagbabago sa 어간 batay sa nakagawiang
  pagbabago ng 어미 ay tinatawag ng 규칙동사.
* Ibang 규칙동사 ng parehong tipo

  • 입다: magbihis
  • 먹다: kumain
  • 자다: matulog
  • 씻다: maghugas
  • 당기다: hilahin
  • 벗다: magtanggal ng damit
  • 닫다: magsara
  • 믿다: magtiwala
  • 잡다: humawak, patayin

  • 쏟다: magbuhos
  • 뛰다, 달리다: tumakbo
  • 속다: malinlang
  • 잊다: makalimutan
  • 씹다: magnguya
  • 빼앗다: agawin
  • 묻다: magbaon
  • 뽑다: bumunot, pumili

(2) Di-pagkasama ng "ㄹ" mula sa 어간[예: 얼다 → 얼(어간) + 다(어미)]

• 물이 언다.

Nagyeyelo ang tubig.

• 물이 얼고 있느냐?

Nagyeyelo ba ang tubig?

• 물이 어는구나!

Nagyeyelo ang tubig pala!

• 물이 얼었습니다.

Nagyelo po ang tubig.

• 겨울에는 강이 업니다.

Nagyeyelo po ang ilog sa taglamig.

* Ang "ㄹ" ng 어간 ay binago batay sa nakagawiang pagbabanghay tulad ng "언다."
  para sa kasalukuyang panahunan und tinanggal batay sa karaniwang panuntunan

na ang unang katinig ng sumusunod na pantig ay "ㄴ" o ang 어간 ay pinagsama sa "~ㅂ니다." para sa paggalang. Sapagkat ang ppagbabago o pagtanggal ng "ㄹ" mula sa "얼다" ay batay sa karaniwang panuntunan para sa lahat ng "~ㄹ다"-동사, ang "얼다" ay inuuri bilang 규칙동사.

* Ibang 규칙동사 ng parehong tipo

- 울다: umiyak
- 돌다: umikot
- 열다: buksan
- 달다: magbitin, magtimbang
- 썰다: hiwain

- 갈다: gilingin
- 몰다: magmaneho
- 밀다: magtulak
- 알다: makilala, malaman

(3) Di-pagkasama ng "으" ng 어간(예: 쓰다)

- 편지는 연필로 쓰세요.

  Sumulat po ng liham sa pamamagitan ng lapis.

- 펜으로 쓰면 지울 수 없어요.

  Kung sumulat po sa pamamagitan ng pen, hindi puwedeng magbura.

- 나는 친구에게 편지를 써(← 쓰어)서 우체통에 넣었다.

  Sumulat ako ng liham sa isang kaibigan at inilagay ito sa buson.

- 부모님께 문안편지를 썼(← 쓰었)다.

  Sumulat ako ng liham sa mga magulang para magpakumusta.

- 너는 지금 즉시 형에게 편지를 써(← 쓰어)라.

  Sumulat ka sa kuya ngayon din.

* Ang "으" sa 어간 ay tinanggal batay sa panlahat na panuntunan para sa lahat ng "~으다"-동사. Ang unang katinig ng sumusunod na pantig sa 어미 ay "ㅇ(panggitnang pantig: 중간모음)" na "~아/어~", "~았/었~", "~아서/어서", "~아도/어도" atbp.

* Ibang 규칙동사 ng parehong tipo

- 따르다: sumunod, magbuhos
- 뜨다: lumutang, sumikat
- 담그다: magsawsaw
- 크다: lumaki

- 치르다: magbayad
- 끄다: magpawi
- 잠그다: magkandado

Kung ang isang 동사 ay may pagbabago sa 어간 o 어미 habang ang ibang parehong uri ng mga pandiwa ay walang pagbabago gaya ng 규칙동사, ang 동사 na ito ay inuri bilang 불규칙동사. Mayroong 11 uri ng 불규칙동사(ㄷ, ㄹ, ㅂ, ㅅ, 으, 우, 르, 러, 여, 거라, 너라), at dito natin pag-aaralan ang 7 tipikal na uri nang detalyado.

(1) 어간-불규칙동사

1) ㅅ-불규칙동사(예: 짓다)

- 나는 집을 짓는다.
  Nagtatayo ako ng bahay.

- 나는 집을 지었습니다.
  Nagtayo po ako na bahay.

- 여기에 집을 지으면 더 좋겠다.
  Mas mabuti kung magtayo ng bahay dito.

- 나는 집을 짓고 아내는 아이를 돌본다.
  Nagtatayo ako ng bahay at nag-aalaga ang misis ng anak.

* Ang "ㅅ" sa 어간 ng "짓다" ay kinakaltas kapag konektado sa 어미 na may 중간모음, samantalang sa mga ibang parehong "~ㅅ다"-동사(예: 씻다/maghugas, 벗다/magtanggal ng damit), ang "ㅅ" ay hindi kinakaltas sa anumang pagbabanghay at 어미변화 bilang 규칙동사. Samakatuwid, ang "짓다" ay inuri bilang ㅅ-불규칙동사. *
Ibang 불규칙동사 ng parehong tipo
- 낫다: gumaling
- 붓다: magbuhos
- 잇다: magkabit
- 긋다: magguhit
- 젓다: sagwanan

2) ㄷ-불규칙동사(예: 묻다)

- 수미가 가격을 묻는다.
  Nagtatanong si Sumi ng presyo.

- 수미가 가격을 물었다.
  Nagtanong si Sumi ng presyo.

- 수미가 가격을 묻습니다.

  Nagtatanong po si Sumi ng presyo.

- 수미가 가격을 물으면 점원이 대답한다.

  Kung magtanong si Sumi ng presyo, sumagot ang tindera.

* Ang "ㄷ" sa 어간 ng "묻다" ay nagbabago sa "ㄹ" kapag konektado sa 어미 na may 중간모음, samantalang sa mga ibang parehong "~ ㄷ다"-동사(예: 닫다/magsara, 쏟다/magbuhos), ang "ㄷ" ay hindi nagbabago sa anumang pagbabanghay at 어미변화 bilang 규칙동사.

* Ibang 불규칙동사 ng parehong tipo
  - 걷다: lumakad
  - 듣다: makinig
  - 깨닫다: maunawaan, maintindihan
  - 싣다: magkarga

3) 르-불규칙동사(예: 모르다)

- 해수는 그 사건을 모른다.

  Hindi alam ni Haesu ang nangyaring iyan.

- 나는 모르지만 해수는 안다.

  Hindi ko alam pero alam ni Haesu.

- 나는 몰랐(← 모르았)고 해수는 알고 있었다.

  Hindi ko alam at alam ni Haesu.

- 저는 그것을 모릅니다./몰라(← 모르아)요.

  Hindi ko po alam iyan.

- 저는 그것을 몰랐습니다.

  Hindi ko po alam iyan.

- 나는 이것을 몰라도 너는 이것을 알아야 한다.

  Kahit na di ko ito malaman, dapat mo itong malaman.

* Kapag ang 어간 na "모르~" ay konektado sa 어미 na may 중간모음 sa unang pantig, ang 어간 ay nagbabago sa "몰ㄹ~", samantalang ang mga ibang parehong "~르다"-동사(예: 치르다/magbayad, 따르다/sumunod) ay hindi nagbabago bilang 규칙동사.

* Ibang 불규칙동사 ng parehong tipo
  - 가르다: maghati
  - 기르다: magpalaki
  - 누르다: diinan
  - 찌르다: saksakin
  - 머무르다: manatili
  - 고르다: pumili
  - 나르다: magdala
  - 오르다: tumaas
  - 흐르다: umagos

4) ㅂ-불규칙동사(예: 돕다)

- 아픈 사람을 돕는다.
  Tumutulong ng taong masakit.

- 너희들은 서로 도와야 한다.
  Dapat kayong magtulungan.

- 나는 그를 도왔습니다.
  Tumulong po ako sa kanya.

- 나는 지금 아내를 돕고 있다.
  Tumutulong ako sa misis ko ngayon.

- 가난한 사람을 도우면, 복을 받을 것이다.
  Kung tulungan mo ang mahihirap, ikaw ay pagpapalain.

* Pag konektado sa 어미 na may 중간모음 ay kinakaltas ang "ㅂ", samantalang ang ibang "~ㅂ다"-동사(예: 입다/magbihis, 뽑다/bumunot, pumili) ay hindi kinakaltas bilang 규칙동사.

* Ibang 불규칙동사 ng parehong tipo

- 굽다: mag-ihaw
- 눕다: humiga
- 줍다: pulutin

(3) 어미-불규칙동사

1) 여-불규칙동사(예: 공부하다 → 공부하/어간 + 다/어미)

- 나는 필리핀어를 공부한다.
  Nag-aaral ako ng wikang Filipino.

- 수영이는 공부하고 영수는 잠을 잔다.
  Nag-aaral si Suyeong at natutulog si Yeongsu.

- 수영이는 열심히 공부해(← 하였)서 대학교에 입학했다.
  Nag-aral si Suyeong nang mabuti at pumasok sa unibersidad.

- 오늘은 학교에서 수학을 공부했(← 하였)습니다.
  Ngayon po ay nag-aral ng matematika sa paaralan.

- 영수는 열심히 공부해(← 하여)도 시험성적이 안 좋습니다.
  Kahit na nag-aaral po si Yeongsu nang mabuti ay hindi maganda ang resulta ng iksamen.

* Ang pagbabanghay at 어미변화 ay binabago sa "~여, ~여서, ~여도, ~였~, atbp." nang iregular. Ang regular na pagbabanghay at 어미변화 ay "~어, ~어서, ~어도, ~었~, atbp." para sa ibang 동사. Ang "~해/했~" ay ang pagdadaglat mula sa "~하여/하였~" at karaniwang ginagamit.

* Ibang 불규칙동사 ng parehong tipo
  • 등산하다: umakyat sa bundok   • 생각하다: umisip
  • 일하다: magtrabaho   • 원하다: magnais

2) 거라–불규칙동사(가다: pumunta)

Para sa 명령문 na walang-galang, ang 어미(~다) ng 동사 ay karaniwang binago sa "~아라./~어라.". Ngunit ang "가다(pumunta), 자다(matulog)" ay ang binabago ng "~거라".

• 지금 즉시 집으로 가거라.

  Umuwi ka(Punta ka sa bahay) na agad.

• 학교로 돌아가거라.

  Bumalik ka sa paaralan.

  * 돌아가다: tambalang pandiwa(돌다/umikot + 가다/pumunta)

• 지붕에 올라가거라.

  Umakyat ka sa bubong.

  * 올라가다: 오르다/tumaas + 가다

3) 너라–불규칙동사(오다: dumating, lumapit)

Ang 너라-불규칙동사 ay kapareho ng kaso ng 거라-불규칙동사.

• 지금 즉시 집으로 오너라.

  Umuwi ka na agad.

• 학교로 돌아오너라.

  Bumalik ka sa paaralan.

• 여기로 올라오너라.

  Panhik ka rito.

3 보조동사

Ang 보조동사 ay inilalagay sa likuran ng pangunahing 동사 o 형용사 sa pangungusap at nagdaragdag ng karagdagang kahulugan. Kadalasan ay sinusundan ng 보조동사 ang 동사 sa pangungusap maliban sa ilang kaso na sinusundan nito ang 형용사.

Kahulugan	보조동사	예문
Pagtanggi	~지 않다	☞Seksyon 10
	~지 못하다	☞Seksyon 10
	~지 말다	☞Seksyon 10
Pagpapagawa (Kausatiba)	~게 하다, ~도록 하다	나는 거기에 집을 짓게/짓도록(← 짓다) 했다. Nagpatayo ako ng bahay diyan. 그는 개한테 생선을 먹게/먹도록(← 먹다) 했다. Nagpakain siya sa aso ng isda.
Pabalintiyak	~아/어 지다	이렇게 하면 홍수가 막아(← 막다) 진다. Kung gagawa nang ganito ay ipagsasanggalang sa baha. 이 공장에서 자동차가 만들어(← 만들다) 집니다. Sa pagawaang ito po ay ginagawa ang kotse.
Maging	~게 되다	공산주의에서는 자유를 잃게(← 잃다) 된다. Sa komunismo magiging wala ang kalayaan. 운동을 안 하면 살이 찌게(← 찌다) 된다. Kung hindi mag-exercise, magiging mataba.
Pagtutuloy na lumalapit	~아/어 오다 * 동사, 형용사	날이 점점 밝아(← 밝다) 온다. Unti-unti lumiliwanag ang araw. 떠날 날이 가까워(← 가깝다) 왔다. Nalalapit ang araw ng pag-alis noon. 영수가 뛰어(← 뛰다) 온다. Yeongsu ay darating na tumatakbo.
Pagtutuloy na lumalayo	~아/어 가다	환자가 죽어(← 죽다) 간다. Namamatay ang pasyente. 그는 나에게서 점점 멀어져(← 멀어지다) 갔다. Lumalayo siya unti-unti galing sa akin noon.

Pagtutuloy ng palagay o pagkilos	~고 있다 ☞ Seksyon 7	그는 신문을 읽고(← 읽다) 있다. Bumabasa siya ng diyaryo. 그는 운동장을 달리고(← 달리다) 있습니다. Tumatakbo po siya sa palaruan.
Pagkatapos	~고 나다 (~고 나서~)	샤워를 하고(← 하다) 나서 식사를 했다. Pagkaligo tapos kumain ako. 아침을 먹고(← 먹다) 나서 학교에 갔다. Pagkakain ng almusal tapos pumunta sa paaralan.
Lubos na Paglutas	~아/어 버리다	버스에서 지갑을 잃어(← 잃다) 버렸다. Nawala na ang pitaka ko sa bus. 개가 생선을 먹어(← 먹다) 버렸다. Kinain na ng aso ang isda. 나는 이미 그 책을 다 읽어(← 읽다) 버렸다. Nabasa ko na ang libro.
Paglilingkod	~아/어 주다	아들에게 자전거를 사(← 사다) 주었다. Ibinili ng bisikleta ang anak na lalaki. 딸에게 인형을 만들어(← 만들다) 주었다. Iginawa ng manika ang anak na lalaki.
	~아/어 드리다 * mapagpakumbaba na ekspresyon ng "~아/어 주다" ☞ Seksyon 8	나는 할아버지에게 밥을 지어(← 짓다) 드렸다. Nagsaing ako ng kanin sa lolo. 나는 할머니에게 돋보기를 사(← 사다) 드렸다. Ibinili ko ng salaming pambasa ang lola.
Pagsubok, Pagkadama	~아/어 보다	아버님, 이것 좀 드셔(← 드시어 ← 드시다) 보세요. Itay, pakitikman ninyo ito. 나는 얼음을 만져(← 만지어 ← 만지다) 보았다. Hinipo ko ang yelo.
Pagpapalabis	~아/어 대다	강당에 있는 모든 사람들이 함께 웃어(← 웃다) 대었다. Nagtawanan ang lahat ng tao sa bulwagan nang malakas. 그는 큰 소리로 내 이름을 불러(← 부르다) 대었다. Pumalakat siya ng pangalan ko.
Tungkulin	~아야/어야 한다	너는 이 약을 먹어야(← 먹다) 한다. Dapat kang uminom ng gamot na ito. 아이들은 학교에서 공부해야(← 공부하다) 한다. Dapat ang mga bata mag-aral sa paaralan.

Kakayahan	~ㄹ 수 있다	나는 자전거를 탈(← 타다) 수 있다. Puwede akong magbisikleta. 나의 아내는 차를 운전할(← 운전하다) 수 있다. Puwede ang misis ko magmaneho ng kotse.
Pagamin	~기는 하다	나는 그 사람을 만나기는(← 만나다) 했다. Inaamin kong makita siya. 그는 순남이를 좋아하기는(← 좋아하다) 했다고 인정했다. Inamin niyang nagustuhan si Sunnam.
Pagkukunwari	~ㄴ/는 척하다, ~ㄴ/는 체하다 * 동사, 형용사	그는 아픈(← 아프다) 척하고/체하고 얼굴을 찡그리고 있다. Iniingiwi ang mukha niya sa pagkukunwaring masakit. 자는(← 자다) 척하지/체하지 마. Huwag kang magkunwaring matulog.
Pagpapanatili	~아/어 놓다	날씨가 더워서 나는 창문을 열어(← 열다) 놓았다. Dahil mainit ang klima, inilagay ko ang bintana nang nakabukas. 나는 옷을 못에 걸어(← 걸다) 놓았다. Sinabit at inilagay ko ang damit sa pako.
	~아/어 두다	돈을 책상 서랍에 넣어(← 넣다) 두었다. Itinatago ang pera sa kahon ng mesa. 내 말을 잘 들어(← 듣다) 둬(← 두다). Tandaan mo ang sinasabi ko nang mabuti.
Pagpapakita	~아/어 보이다	그는 나에게 글자를 써(← 쓰어 ← 쓰다) 보였다. Sumulat siya ng mga sulat at ipinakita sa akin. 엄마는 아기에게 방긋 웃어(← 웃다) 보였어요. Malambing na ngumiti po ang nanay sa kanyang sanggol.

(1) Pangngalan(명사) + "~하다"

Sa pamamagitan ng pagdaragdag ng hulapi ng "~하다" sa 명사 na salitang-ugat(어근), ang 동사 ay hinango.

- 공부하다: mag-aral
- 성공하다: magtagumpay
- 등산하다: umakyat sa bundok
- 금지하다: magbawal
- 수영하다: lumangoy

- 결혼하다: magpakasal
- 출산하다: manganak
- 사망하다: mamatay
- 수정하다: magwasto
- 사랑하다: umibig, mahalin

- 그들은 어제 교회에서 결혼했다.
  Kinasal sila sa simbahan kahapon.

- 이 호수는 낚시를 금지하고 있다.
  Nagbabawal ng pamimingwit sa lawang ito.

(2) 어간 ng 형용사 + "~아/어하다" → Pandiwang palipat(타동사)

- 밉다: ayaw → 미워하다: mag-ayaw
- 기쁘다: tuwa → 기뻐하다: magtuwa
- 창피하다: mahiya → 창피해하다: magpahiya
- 귀엽다: maganda → 귀여워하다: magpaganda, magpaguwapo
- 미안하다: pasensya → 미안해하다: magpasensya
- 고맙다: salamat → 고마워하다: magpasalamat

- 할머니는 손녀를 매우 귀여워하신다.
  Ang lola ay nagpapaganda ng kanyang apong babae nang sobra.

- 철수는 자기의 잘못을 미안해한다.
  Nagpapasensya si Cheolsu ng kanyang pagkakamali.

- 먼저 저의 아내에게 고마워하고 싶습니다.
  Gusto ko pong magpasalamat muna sa misis ko.

(3) 어간 ng 형용사 + "~아/어지다" → Pandiwang katawanin(자동사)

- 높다: mataas → 높아지다: tumaas

- 크다: malaki → 커지다: lumaki
- 예쁘다: maganda → 예뻐지다: gumanda
- 낮다: mababa → 낮아지다: bumaba
- 귀엽다: maganda → 귀여워지다: gumanda
- 좋다: mabuti → 좋아지다: bumati
- 나쁘다: masama → 나빠지다: sumama
- 밝다: maliwanag → 밝아지다: lumiwanag
- 검다: maitim → 검어지다: umitim

- 가을에는 하늘이 높아진다.

  Sa taglagas, tumataas ang langit.

- 아기가 점점 더 귀여워져요.

  Gumaganda po ang sanggol lalo at lalo.

- 경제가 좋아지고 있다.

  Bumubuti ang ekonomiya.

(4) Pang-abay ng panggagaya(☞ Seksyon 18) + "~이다/~대다/~거리다" → 자동사

- 찰랑찰랑 → 찰랑이다/찰랑거리다/찰랑대다:

  Mag-alun-alon nang maliit

- 출렁출렁 → 출렁이다/출렁거리다/출렁대다:

  Mag-alun-alon nang malakas

- 펄럭펄럭 → 펄럭이다/펄럭거리다/펄럭대다:

  Pumagaspas ng malakas na hangin tulad ng malaking bandila

- 팔락팔락 → 팔락이다/팔락거리다:

  Pumagaspas sa hangin tulad ng isang maliit na bandila o mga nahuhulog na dahon

- 컹컹 → 컹컹대다/컹컹거리다:

  Tumahol

- 흔들흔들 → 흔들거리다:

  Umuga

- 살랑살랑 → 살랑이다/살랑대다/살랑거리다:

  Gumagalaw o humangin nang marahan/mahina

- 파도가 심하게 출렁댑니다.

  Nag-aalun-alon po nang sobrang malakas.

- 태극기가 바람에 펄럭입니다.

  Ang Taegeukki(Pambansang watawat ng Korea) po ay pumapagaspas ng

  hangin.

- 이웃집 개가 밤새 컹컹거렸다.

  Buong gabing tumahol ang aso ng kapitbahay.

- 가을 바람이 살랑거린다.

  Ang simoy ng taglagas ay humihihip nang mahina.

SEKSYON

17

Salitang-may-Deklinasyon II
(Pang-uri)
(용언 II: 형용사)

Ipinapahayag ng 형용사 ang katangian at ang sitwasyon tungkol sa
simuno sa pangungusap at nahahati sa 규칙형용사 at 불규칙형용사 batay
sa pagbabago ng 어간 at 어미. Malalaman natin dito ang mga uri ng
규칙형용사, 불규칙형용사, pang-uring pantulong(보조형용사), at saka pang-
uring pinagsimulan(파생형용사) tulad ng 동사 sa unahang seksyon.

Ang 규칙형용사 rin ay may parehong panuntunan tulad ng 규칙동사.

(1) Walang pagbabago ng 어간(예: 싫다 → 싫/어간 + 다/어미)

- 나는 갑제가 싫다.

  Ayoko si Gapje.

- 갑제는 싫지만 영호는 좋아요.

  Ayoko po si Gapje pero gusto si Yeongho.

- 어렸을 때 갑제가 정말 싫었다.

  Noon bata pa, totoong umayaw ako kay Gapje.

* Walang pagbabago ng 어간 sa anumang pagbabanghay at 어미변화.

* Ibang 규칙형용사 ng parehong tipo

• 짧다: maikli	• 넓다: maluwang
• 밝다: maliwanag	• 검다: maitim
• 희다: maputi	• 굵다: makapal
• 좁다: makipot	

(2) Di-pagkasama ng "ㄹ" mula sa 어간(예: 길다 → 길/어간 + 다/어미)

- 머리카락이 길다.

  Mahaba ang buhok.

- 머리카락이 길어서/기니까 불편하다.

  Dahil mahaba ang buhok po ay hindi maginhawa.

- 머리카락이 긴 사람은 들어올 수 없습니다.

  Ang taong may mahabang buhok po ay hindi puwedeng pumasok.

- 저의 머리카락은 깁니다.

  Mahaba po ang buhok ko.

- 머리카락이 기네요.

  Mahaba po ang buhok, e.

• 머리카락이 길면 이발소에 가세요.

Kung mahaba ang buhok ay pumunta kayo sa pagupitan.

* Ang "ㄹ" mula sa 어간 ay tinanggal kapag ginamit bilang 형용사적 관형사 na "긴" at kapag pinagsama sa "~ㅂ니다" o sa unang katinig na "ㄴ" ng sumusunod na pantig. Sapagkat ang pagtanggal ng "ㄹ" mula sa "길다" ay batay sa karaniwang panuntunan para sa lahat "~ㄹ다"-형용사 tulad ng "~ㄹ다"-규칙동사, ang "길다" ay inuuri bilang 규칙형용사.

* Ibang 규칙형용사 ng parehong tipo

- 멀다: malayo
- 달다: matamis
- 둥글다: mabilog
- 어질다: mabait

(3) Di-pagkasama ng "으" mula sa 어간[예: 아프다 → 아프(어간) + 다(어미)]

• 머리가 아픕니다./아파요.

Masakit po ang ulo.

• 머리가 아프니까/아파(← 프아)서 잠을 못 자요.

Dahil masakit ang ulo po hindi makatulog.

• 머리가 아프면 약을 먹어라.

Kung masakit ang ulo, uminom ka ng gamot.

• 어제는 머리가 아팠(← 프았)습니다.

Kahapon po ay masakit ang ulo.

* Ang "으" sa 어간 ay tinanggal batay sa panlahat na panuntunan para sa lahat ng "~으다"-형용사. Ang unang katinig ng sumusunod na pantig sa 어미 ay 중간모음(아, 았).

* Ibang 규칙형용사 ng parehong tipo

- 고프다: gutom
- 기쁘다: maligaya
- 바쁘다: abala
- 슬프다: malungkot
- 아프다: masakit
- 쓰다: mapait
- 크다: malaki

Mayroong 8 uri ng 불규칙형용사(ㄹ, ㅂ, ㅅ, 으, 르, 러, ㅎ, 여), at dito natin pag-aaralan ang 6 tipikal na uri nang detalyado.

(1) 어간-불규칙형용사

1) ㅅ-불규칙형용사(예: 낫다/mas mabuti)

- 이 회사는 저 회사보다 낫습니다./나아요.
  Ang kompanyang ito po ay mas mabuti kaysa sa kompanyang iyon.

- 어렸을 때 경수는 나보다 나았습니다.
  Noon bata pa po ay mas mabuti si Gyeongsu kaysa sa akin.

- 아들의 인생은 아버지의 인생보다 나아야 한다.
  Ang buhay ng anak ay dapat na mas mabuti kaysa sa buhay ng ama.

* Ang "ㅅ" sa 어간 ng "낫다" ay tinanggal kapag ang unang katinig ng sumusunod na pantig ng 어미 ay 중간모음 tulad ng ㅅ-불규칙동사.

2) ㅂ-불규칙형용사(예: 쉽다/madali)

- 이 문제는 너무 쉬워(← 우어)요./쉽습니다.
  Ang tanong na ito po ay sobrang madali.

- 이 문제는 쉬워도 저 문제는 쉽지 않다.
  Ang tanong na ito ay madali pero ang tanong iyon ay hindi madali.

- 문제들이 더 쉬우면 좋겠다.
  Gusto kong mas madali ang mga tanong.

- 이 문제는 쉽지만 푸는데(← 풀다) 오래 걸린다.
  Kahit na madali ang tanong na ito, nagtatagal para lutasin.

- 어제 시험은 쉬웠(← 우었)다.
  Madali ang iksamen kahapon.

* Pag kinakabitan ang 어미 na may 중간모음(어, 었) ay nagbabago ang "ㅂ" ng 어간 na "쉽" sa "우". Pero sa ibang "~ㅂ다"-형용사(예: 좁다/makipot) ay ang 어간 ng "좁" hindi nagbabago bilang 규칙형용사.

* Ibang 불규칙형용사 ng parehong tipo

- 맵다: maanghang
- 덥다: mainit
- 춥다: malamig
- 가깝다: malapit
- 바보스럽다: hangal

- 아름답다: maganda
- 어렵다: mahirap
- 즐겁다: maligaya
- 자비롭다: mapagkaloob
- 곱다: marikit

3) 르-불규칙형용사(예: 다르다/iba)

- 이것은 그것과 다르고 저것과 같다.

  Ito ay iba riyan at pareho roon.

- 영수는 영철이와 많이 달라(← 다르아)요./다릅니다.

  Si Yeongsu po ay iba kay Yeongcheol nang marami.

- 우리는 성격이 달라서 자주 싸운다.

  Dahil iba ang pagkatao ay nag-aaway tayo nang madalas.

- 이 가격도 다르지 않다.

  Hindi iba rin ang presyong ito.

- 그들은 성격이 너무 달랐(← 다르았)습니다./달랐어요.

  Sobra pong iba ang pagkatao nila noon.

* Pag kinakabitan ang 중간모음(아, 았) ay nagbabago ang 어간(다르) sa "달ㄹ~" tulad ng 르-불규칙동사.
* Ibang 불규칙형용사 ng parehong tipo

- 빠르다: mabilis
- 게으르다: tamad

- 이르다: maaga
- 서투르다: hindi sanay

(2) 어미-불규칙형용사

1) 여-불규칙형용사(예: 행복하다/masaya)

- 나의 어머니는 행복하시다.

  Masaya ang ina ko.

- 아내는 행복해(← 하여)서 눈물을 흘렸다.

  Dahil masaya ang misis ay napaluha siya.

- 수영이는 대학교에 입학해서 행복했(← 하였)어요./행복했습니다.

  Masaya po si Suyeong dahil pumasok siya sa unibersidad.

- 영희는 행복하지만/행복해도 수영이는 행복하지 않습니다.

  Si Yeonghi po ay masaya pero si Suyeong ay hindi masaya.

* Ang 여-불규칙형용사 ay kapareho ng kaso ng 여-불규칙동사.

* Ibang 불규칙형용사 ng parehong tipo

  - 깨끗하다: malinis
  - 시원하다: malamig-lamig
  - 피곤하다: pagod
  - 조용하다: tahimik

2) 러-불규칙형용사[예: 푸르다/maasul → 푸르(어간) + 다(어미)]

- 하늘은 푸르고 바람은 시원하다.

  Maasul ang langit at malamig-lamaig ang hangin.

- 하늘이 푸르니까/푸르러(← 푸르어)서 경치가 더 아름답다.

  Dahil maasul ang langit ay mas maganda ang tanawin.

- 하늘은 푸르러도/푸르지만 내 마음은 우울하다.

  Kahit na maasul ang langit malungkot ang isip ko.

- 어제는 하늘이 정말 푸르렀(← 푸르었)어요./푸르렀습니다.

  Kahapon po ay totoong maasul ang langit.

* Kapag ang 어간 ay nakakonekta sa 어미 na may 중간모음(어, 었) sa unang pantig, ang 어미 ay nagbabago sa "~러" at "~렀~".

* Ibang 불규칙형용사 ng parehong tipo(Tatlong lahat.)

  - 누르다: madilaw-dilaw • 이르다: maaga

(3) 어간/어미-불규칙형용사

1) ㅎ-불규칙형용사[예: 하얗다/maputi → 하얗(어간) + 다(어미)]

- 눈은 하얗다.

  Ang niyebe ay maputi.

- 눈은 하얗고 가볍다.

  Ang niyebe ay maputi at magaan.

- 눈이 하얘(← 하얗아)요./눈이 하얗습니다.

  Ang niyebe po ay maputi.

- 눈은 하얬(← 하얗았)어요./눈은 하얬습니다.

  Ang niyebe po ay maputi noon.

- 눈이 하야(← 하얗으)니까/하얘(← 하얗아)서 아름답다.
  Dahil maputi ay maganda ang niyebe.

* Kapag ang 어간 ay konektado sa 어미 na may 중간모음(으, 아, 았) sa unang pantig,
ang "ㅎ" ng 어간 ay tinatanggal at binabago sa "~얘~" at "~얬~".

* Ibang 불규칙형용사 ng parehong tipo(Lahat ng "~ㅎ다"-형용사 maliban sa "좋다"/
mabuti)

- 까맣다: maitim tulad ng karbon
- 동그랗다: mabilog
- 그렇다: ganyon
- 파랗다: maasul, maputla

3 보조형용사

Ang 보조형용사 na inilalagay sa likuran ng 용언 sa pangungusap ay
nagdaragdag ng ekstrang kahulugan. Sa kaso na ang isang 보조형용사 ay
pareho ng isang 보조동사, nangangahulugan ito na ang nauunang salita ay
형용사.

Tungkulin	보조형용사	예문
kagustuhan	~고 싶다	나는 매운 라면이 먹고(← 먹다) 싶다. Gusto kong kumain ng maanghang na ramen. 나는 내일 너를 만나고(← 만나다) 싶다. Gusto kitang makita bukas.
hinuhulang kagustuhan	~ㅆ으면 싶다	네가 시험에 합격했으면(← 합격하다) 싶다. Nais kong magtagumpay ka sa iksamen. 이 소식이 사실이었으면(← 사실이다) 싶다. Nais kong totoo ang balitang ito.
pagtanggi	~지 않다	이 꽃은 저 꽃만큼 아름답지(← 아름답다) 않다. Ang bulaklak na ito ay hindi kasingganda ng bulaklak na iyon. 물이 맑지(← 맑다) 않다. Hindi malinaw ang tubig.
pagkukulang	~지 못하다	물이 맑지 못하다. Kulang ang kalinawan ng tubig. 그는 유능하지(← 유능하다) 못하다. Kulang ang kakayahan niya.

pagamin	~기는 하다	그것이 비싸지 않기는(← 비싸지 않다) 하다. Inaamin kong hindi mahal iyan. 이 망고는 달기는(← 달다) 하다. Inaamin kong matamis ang manggang ito.
paghula	~나 보다, ~ㄴ가 보다, ~는가 보다, ~ㄹ까 보다/하다	태풍이 오나/오는가(← 오다) 보다. Parang darating ang bagyo. 꽃이 떨어지나/떨어지는가(← 떨어지다) 보다. Mukhang nahuhulog ang bulaklak. 이것이 더 크나/큰가(← 크다) 보다. Mukhang mas malaki ito. 가방이 너무 무겁나/무거운가(← 무겁다) 봅니다. Iniisip ko pong maghihinto ng pag-aaral. 저는 내일 떠날까(← 떠나다) 봐요./해요. Iniisip ko pong aalis bukas.
pagtutuloy ng sitwasyon	~아/어 있다	그는 어제 한 시간 동안 이 의자에 앉아(← 앉다) 있었다. Kahapon nakaupo siya sa silyang ito ng isang oras. 장미꽃이 아름답게 피어(← 피다) 있다. Ang rosa ay nakabukadkad nang maganda.
muntik na, halos	~ㄹ 뻔하다	강에 빠질(← 빠지다) 뻔 했다. Muntik na nalunod sa ilog. 기차 출발시간에 늦을(← 늦다) 뻔 했다. Muntik na nahuli sa oras ng pag-alis ng tren.
maka -tuwiran	~ㄹ 법하다	그것은 일어날(← 일어나다) 법한 사고다. Iyan ay makatwirang sakunang maaaring mangyari. 그 정도면 그는 화가 날(← 나다) 법했다. Kung ganyan, nagalit siya nang makatwiran.
mukha, baka	~ㄹ/~ㄴ 듯하다	그는 정직한(← 정직하다) 사람인 듯하다. Mukha siyang matapat na tao. 비가 올(← 오다) 듯하다. Baka umulan. 그는 아직 살아 있는(← 있다) 듯하다. Mukhang buhay pa siya.

(1) Pangngalang abstract(추상명사)+"~스럽다": ㅂ-불규칙형용사

Ang hulapi ng "~스럽다" ay nagdaragdag ng kahulugan ng "karapat-dapat na kalikasan, disposisyon, karakter o kwalipikasyon" sa 추상명사 na 어근 ng 형용사.

- 사랑스럽다: kaibig-ibig, kaakit-akit, maganda
- 영광스럽다: maluwalhati, nagbibigay-dangal, marangal
- 불만스럽다: hindi kasiya-siya, nasisiraan ng loob, hindi nasisiyahan
- 걱정스럽다: di-mapakali, balisa, nag-aalala, nakakabahala
- 불안스럽다/불안하다: di-mapakali, balisa, di-mapalagay ☞
- 죄송스럽다/죄송하다: nakapanghihinayang, nagsisisi, ikinalulungkot ☞
- 민망스럽다/민망하다: nakakahihiya, hiyang-hiya, nalilito, nagsisisi ☞
- ☞ Dalawang salita ng bawat isa ay halos magkaparehong kahulugan, ngunit ang "~스럽다"-형용사 ay nagpapahiwatig ng higit pang personal na damdamin kaysa sa "~하다"-형용사.

- 나는 사랑스러운 처녀와 결혼하고 싶다.
  Nais kong magpakasal sa isang kaibig-ibig na dalaga.

- 여러분에게 말씀드리게 되어 매우 영광스럽습니다.
  Itinuturing ko pong isang malaking karangalan para sa akin na magtalumpati sa inyo.

- 불만스러운 결과: isang hindi kasiya-siyang resulta

- 저의 장래가 불안스럽습니다./불안합니다.
  akiramdam ko po ay di-mapakali ang aking kinabukasan.

- 죄송하지만/죄송스럽지만 같이 갈 수 없습니다.
  Ikinalulungkot ko pong sabihin na hindi ako makakasama.

(2) 명사+"~답다": ㅂ-불규칙형용사

Ang hulapi ng "~답다" ay nagdaragdag ng totoong katangian o tunay na pagkakakilanlan sa 명사 na 어근 ng 형용사. Ang "~답다" ay maaaring pagsamahin sa lahat ng 자립명사 at nagtataas ng dignidad, kakayahan o kwalipikasyon bilang 형용사.

- 사내답다/남자답다: may pagkalalaki, nagpapakalalaki
- 정치인답다: nagpapakapulitiko, karapat-dapat sa pulitiko
- 나라답다: nagpapakabansa, karapat-dapat sa bansa
- 군인답다: nagpapakasundalo, karapat-dapat sa sundalo
- 학생답다: nagpapaka-estudyante, karapat-dapat sa estudyante
- 어른답다: nagpapakamayor-de-edad, karapat-dapat sa mayor-de-edad
- 신사답다: maginoo, karapat-dapat sa maginoo
- 숙녀답다: mahinhin, mabini
- 여자답다: nagpapakababae,
- 아이답다: nagpapakabata
- 대학답다: nagpapaka-unibersidad, karapat-dapat sa unibersidad

- 나라다운 나라에서 살고 싶다.
  Nais kong manirahan sa bansa na karapat-dapat sa isang bansa.

- 그는 진정한 군인답게 매우 용감하다.
  Siya ay napaka matapang bilang karapat-dapat sa isang tunay na sundalo.

- 나는 신사답게 행동하는 사람을 좋아한다.
  Gusto ko ang taong kumikilos nang maginoo.

- 남자는 남자답고, 여자는 여자다워야 한다.
  Ang lalaki ay dapat nagpapakalalaki, ang babae ay dapat nagpapakababae.

  * Ang "~고" ng "남자답고" ay isang 어미salitang-katapusang pang-ugnay(연결어미) na nagpapahiwatig ng pag-isa-isa para sa sumusunod na sugnay. At ang "~어야" ng "여자다워야" ay isa ring 연결어미 na nagpapahiwatig ng kahulugan ng kondisyon. (☞ Seksyon21)

  - 그녀는 숙녀답게 행동한다.
    Mahinhin siya kung kumilos.

  - 요즘 아이들은 아이답지 않다.
    Sa mga araw na ito ang mga bata ay hindi nagpapakabata.

♣ Ang "아름답다(maganda)" ay hindi 파생형용사 kundi orihinal na 형용사.

(3) 추상명사+"~하다": 여-불규칙형용사

Sa pamamagitan ng pagdaragdag ng 접미사 ng "~하다" sa 어근 na 추상명사 na nagpapahiwatig ng kahulugan ng anyo, sitwasyon o katangian , ang 형용사 ay hinahango. Ang ilang halimbawa ay sumusunod.

- 정직하다: matapat, di-manloloko, di-madaya
- 순수하다: puro, tunay, dalisay
- 건강하다: malusog
- 용감하다: matapang, malakas ang loob
- 행복하다: masaya, maligaya, nasisiyahan
- 복잡하다: kumplikado, masalimuot

- 정직하게 말하면 용서해 주겠다.

  Papayagan kita na walang parusa, kung nagsasalita ka nang matapat.

  * Ang "~면" ng "말하면(← 말하다)" ay rin isang 연결어미 na nagpapahiwatig ng kahulugan ng kondisyon o pagpapalagay.(☞ Seksyon21)

- 아이들은 감수성이 순수하다.

  Ang mga bata ay dalisay sa pagiging sensitibo.

- 건강한 사람은 행복하다.

  Ang malulusog na tao ay masaya.

♣ **Ang mga sumusunod na "~하다"-형용사 ay hindi 파생형용사 ngunit orihinal na 형용사 na ang 어근 ay hindi maaaring magamit bilang 자립명사.**

- 시원하다: sariwa, malamig-lamig
- 깨끗하다: dalisay, malinis, walang kasalanan
- 착하다: mabuti, mabait.
- 훌륭하다: napakahusay, napakagaling, kagalang-galang
- 까마득하다: malayung-malayo, sa sobrang kalayuan, napakalayo
- 조용하다: tahimik, mahinahon
- 강하다: malakas, makapangyarihan, balisaksak
- 약하다: mahina
- 족하다: sapat, husto, katamtaman
- 박하다: kuripot, mahigpit, marapot

- 목욕하고 나면 시원해질 거야.

  Pagkatapos maligo ay mararamdaman mong malamig-lamig.

  * "~ㄹ 거야." ay kolokyal ng "~ㄹ 것이다." na nagpapahiwatig ng hula sa hinaharap.

- 영수는 착한 아이다.

  Si Yeongsu ay isang mabuting bata.

- 그는 훌륭한 직업에 만족하고 있다.

  Siya ay nasiyahan sa kagalang-galang na trabaho.

- 그곳까지는 아직 까마득하다.

  Napakalayo nito sa lugar na iyan.

- 약한 자를 괴롭히지 마라.

  Huwag apihin ang mahina.

- 한 달에 100만원이면 족합니다.

  Ang isang milyong Won ay sapat para sa isang buwan, ginoo.

- 신입사원에게 너무 박하게 대하지 마라.

  Huwag sobrang mahigpit sa bagong empleyado.

♣ Pang-uring kambal-pantig(쌍음절형용사)

Ang 쌍음절형용사 na may parehong mga katangian tulad ng sa itaas na orihinal na "~하다"-형용사 ay binubuo ng kambal-pantig bilang 어근 at hulapi ng "~하다". Ang ilang halimbawa ng 쌍음절형용사 ay sumusunod.

- 깜깜하다: napakadilim, walang alam, walang pinag-aralan, ignorante
- 단단하다: matigas, malakas, matatag
- 답답하다: masikip, mapang-api, nakapipigil,
- 뚱뚱하다: mataba, sobra sa timbang
- 시시하다: mapurol, hangal, hindi kawili-wili, walang halaga
- 쌀쌀하다: (panahon)medyo maginawlamig/medyo malamig (personalidad)malamig ang loob/hindi palakaibigan/hindi mabait
- 쓸쓸하다: nag-iisa
- 씩씩하다: magiting, matapang, galante
- 튼튼하다: malusog, malakas, matatag

- 나는 수출과 수입에 대해서 깜깜하다.

  Ako ay ganap na ignorante tungkol sa pag-export at pag-import.

- 이 목재는 쇠같이 단단하다.

  Ang kahoy na ito ay kasing tigas ng bakal.

- 내 방은 작아서(← 작다) 항상 답답하게 느낀다.

  Maliit kasi ang kwarto ko, parati akong mapang-api.

  * Ang "~서" ay rin isang 연결어미 na nagpapahiwatig ng kahulugan ng dahilan.
    (☞ Seksyon 21)

- 그 영화는 시시했다.

  Hindi kawili-wili ang pelikula noon.

- 어제는 말동무가 없어서 쓸쓸했다.

  Nag-iisa ako kahapon dahil walang kaibigang makakausap.

- 한국군은 항상 씩씩하게 싸운다.

  Palaging magiting na lumalaban ang mga sundalong Koreano.

- 국방을 튼튼하게 하는 것은 대통령의 의무다.

  Tungkulin ng pangulo na palakasin ang pambansang depensa.

(4) 명사 + "~롭다" : ㅂ-불규칙형용사

Ang hulapi ng "~롭다" ay nakukuha ng 명사 sa 형용사 sa pamamagitan ng pagdaragdag ng kahulugan ng 'karapat-dapat', o 'makahulugan'. Ang "~롭다" ay pinagsama lamang sa mga 명사 na walang 받침자음 sa huling pantig.

- 자유롭다: malaya, libre
- 평화롭다: mapayapa, matiwasay
- 슬기롭다: makatwiran, matalino
- 지혜롭다: matalino, maunawain
- 향기롭다: mabango
- 호화롭다/호화스럽다: magingawa at maganda, maluho, mayaman
- 해롭다: makasasama, nakakapinsala
- 여유롭다: sapat, liberal, madali at maganda, maginhawa

- 라일락꽃은 향기롭다.

Mabango ang lilac blossom.

- 나는 자유로운 인생을 살고 싶다.

Gusto kong mamuhay ng malaya.

• 농장에 소들이 평화롭게 풀을 뜯고 있다.

Matiwasay na nanginginain ang mga baka sa bukid.

• 그 사람은 부자이기 때문에 여유롭게 살고 있다.

Maginhawa ang kanyang pamumuhay dahil mayaman siya.

♣ **Ang mga sumusunod na "~롭다"-형용사 ay hindi 파생형용사 ngunit orihinal na 형용사.**

- 새롭다: bago, orihinal, sariwa
- 이롭다: kapaki-pakinabang, kumikita
- 애처롭다: nakakaawa, malungkot
- 괴롭다: masakit, mahirap, nakakahiya
- 한가롭다/한가하다: libre, walang ginagawa
- 가소롭다: katawa-tawa, hangal
- 까다롭다: maselan at mahirap, kumplikado

• 너의 아이디어는 매우 새롭다.

Ang iyong ideya ay napakabago.

• 비에 젖은 고양이가 애처롭게 울고 있었다.

Malungkot na umiiyak ang pusang basang-basa ng ulan.

• 목이 아파서 숨쉬기가 너무 괴롭다.

Hirap na hirap huminga kasi ang sakit ng lalamunan ko.

• 내일은 한가롭기 때문에 공원에서 산책할 예정이다.

Mamasyal ako sa park bukas kasi libre ko.

18

Pang-abay(부사)

Ang salitang-abay(AS: 부사어) bilang isang elemento para sa istraktura ng pangungusap ay binubuo ng 체언 at 부사격조사(~에, ~에게, ~부터, atbp.).
Sa seksyon na ito matututunan natin ang purong Pang-abay na hindi kailangan ang 부사격조사.

Ang 부사 bilang isang bahagi ng pananalita ay hinahahati ng Pang-abay ng elemento(성분부사) na naglalarawan ng sumusunod na salita at Pang-abay ng pangungusap(문장부사) na naglalarawan ng buong pangungusap.

Mangyaring tandaan na ang mga halimbawa ng salita para sa pag-aaral ay batay sa kadalasan ng paggamit, ibig sabihin, mayroon pa ring higit pang mga salita ng parehong katangian.

Ang 성분부사 na naglalarawan ng 용언, ibang 부사 at 관형사 ay inilalagay sa harap nila.

(1) 부사 para sa oras at panahon

- 일찍: maaga
- 방금: kani-kanina
- 잠시, 잠깐: sandali
- 곧: agad
- 영영, 영원히: magpakailanman
- 나중에: mamaya
- 자주, 번번이, 종종: nang madalas
- 아직: pa
- 오늘: ngayon
- 모레: samakalawa
- 그저께: kamakalawa

- 이미, 벌써: na(pangnakaraan)
- 늘, 항상: lagi
- 오래: nang matagal
- 바로, 즉시: kaagad, karaka-raka
- 먼저: muna
- 가끔, 때때로: paminsan-minsan
- 비로소, 마침내, 드디어: tuluyan
- 가까이: halos, malapit na
- 내일: bukas
- 어제: kahapon

- 그는 일찍 출발했다.
  Maaga siyang umalis.

- 저는 방금 일어났습니다.
  Kani-kanina lang po ako gumising.

- 즉시 집으로 돌아가거라.
  Umuwi ka agad.

- 나는 그의 질문에 바로/즉시 대답을 할 수 없었다.
  Hindi ako nakasagot karaka-raka sa tanong niya.

- 그는 영영 떠나버렸어요.
  Umalis po siya at hindi na babalik magpakailanman.

- 먼저 주무십시오.
  Matulog po muna kayo.

- 저는 아내와 가끔 산책을 합니다.
  Paminsan-minsan po ay namamasyal ako kasama ang misis ko.

- 영수는 마침내 시험에 합격했다.
  Tuluyang nagtagumpay si Yeongsu sa iksamen.

- 영희는 아직 미성년자입니다.
  Si Yeonghi po ay menor-de-edad pa.

- 우리는 30년 가까이 이곳에서 살았다.
  Halos 30 taon na kaming nakatira dito.

- 저는 어제 한국에 도착했습니다.
  Dumating po ako sa Korea kahapon.

- 틈틈이, 짬짬이: sa bawat sandaling malaya, sa mga bakanteng sandali

(2) 부사 para sa lugar o posisyon

- 멀리: nang malayo
- 곳곳이: sa bawat lugar
- 가까이: nang malapit
- 샅샅이: sa lahat ng lugar/dako

- 나는 집에서 멀리 걸었다.
  Malayo ang aking nilakad galing sa bahay.

- 그는 내 집에서 가까이 살고 있다.
  Malapit siyang nakatira mula sa bahay ko.

- 공원은 곳곳이 꽃으로 가득하다.
  Ang bawat lugar ng parke ay puno ng bulaklak.

- 그 아이는 정원을 샅샅이 뒤져서(← 뒤지다) 동전을 찾았다.
  Hinalungkat ng batang iyan ang lahat ng dako ng hardin at nakatuklas ng barya.

(3) 부사 para sa pagtutulad

- 매우, 아주, 대단히: napaka~, sobra
- 가장, 제일: pinaka~
- 거의: halos
- 극히, 심히: sobrang-sobra, grabe
- 너무: masyado
- 조금, 약간, 좀: kaunti
- 훨씬: lalo pa, mas lalo
- 참, 정말, 진짜: totoo

- 영희는 노래를 매우/아주/대단히 잘한다.
  Sobrang magaling kumanta si Yeonghi.

- 시장은 집에서 너무 멀어요.

  Ang palengke ay masyadong malayo po sa bahay.

- 희자가 우리 동네에서 가장/제일 아름다운 여학생이다.

  Si Hija ang pinakamagandang estudyanteng babae sa nayon natin.

- 이 산이 저 산보다 조금/약간/좀 더 높다.

  Ang bundok na ito ay mas mataas nang konti kaysa sa bundok na iyon.

- 빵은 이제 거의 다 팔렸다.

  Ang tinapay ay halos nabili na lahat.

- 비행기는 배보다 훨씬 빠르다.

  Mas lalong mabilis ang eruplano kaysa sa barko.

- 악어는 사람에게 극히/매우/아주/대단히 위험한 동물이다.

  Ang buwaya ay sobra-sobrang mapanganib sa tao.

- 이 아이는 정말/참/진짜 똑똑하다.

  Totoong matalino ang batang ito.

(4) 부사 para sa pagsama

- 함께, 같이: magkasama, magkakasama
- 서로: bawat isa
- 모두, 다, 전부: nang lahat, sama-sama, sa kabuuan

- 우리 함께/같이 갑시다.

  Pumunta po tayong mahkakasama.

- 나는 지민이와 함께/같이 차를 마셨다.

  Uminom ako ng tsa kasama si Jimin.

- 그들은 서로 존경한다.

  Naggagalangan sila. / Iginagalang nila ang bawat isa.

- 그들은 전부/모두/다 열명이다.

  Sampu sila sa kabuuan.

(5) 부사 na naghuhusto sa paraan o kalagayan

- 빨리: dali-dali
- 높이: nang mataas
- 잘: nang mabuti/magaling/maingat
- 조용히: nang tahimik
- 대충, 대강: sa magaspang na paraan, pahapyaw
- 멀리: nang malayo
- 스스로, 몸소: nang mapagsarili, sa sariling inisyatiba
- 저절로: kusa

- 깊이: nang malalim
- 천천히: dahan-dahan
- 가만히: nang masekreto, nang tahimik
- 촘촘히: dais-dais

- 반드시, 꼭, 분명히: sigurado, tiyak na

- 이리 빨리 오세요.
  Dali-dali kayong pumarito.

- 숨을 깊이 쉬어라.
  Huminga ka nang malalim.

- 높이 나는 새가 멀리 본다.
  Ang ibong lumilipad nang mataas ay tumitingin nang malayo.

- 그는 조용히 책을 읽었다.
  Bumasa siya ng libro nang tahimik.

- 여기는 좁으니까 촘촘히 앉으세요.
  Dais-dais kayo umupo dahil masikip dito.

- 그는 일을 너무 대충/대강 끝낸다.
  Nagtatapos siya ng trabaho sa masyadong magaspang na paraan.

- 그는 반드시/분명히/꼭 올 거예요.
  Tiyak na darating siya.

- 하늘은 스스로 돕는 자를 돕는다.
  Tinutulungan ng langit ang mga tumutulong sa kanilang sarili.

- 문이 저절로 열렸다.
  Kusang bumukas ang pinto.

♣ **"잘" bilang 부사 ay ginagamit sa harap ng 동사 lang sa pakikipag-usap nang napakadalas at maginhawa.**

- 그는 노래를 잘 한다. ↔ 그는 노래를 잘 못한다.

  Magaling siyang kumanta. ↔ Hindi siya magaling kumanta.

- 저는 그를 잘 압니다(←알다). ↔ 저는 그를 잘 모릅니다(←모르다).

  Kilalang-kilala ko siya, sir. ↔ Hindi ko siya masyadong kilala sir.

- 그는 피아노를 매우 잘 쳐요(←치다). ↔ 그는 피아노를 잘 못쳐요.

  Napakahusay po niyang tumugtog ng piyano.

  ↔ Hindi po siya magaling tumugtog ng piyano.

- 잘 자(←자다). : Matulog ka nang maayos.

  - Kolokyal na 존댓말: 안녕히 주무세요.

  - Napakagalang na 존댓말: 안녕히 주무십시오.

- 잘 가(←가다).: Bye.

  - Kolokyal na 존댓말: 안녕히 가세요.

  - Napakagalang na 존댓말: 안녕히 가십시오.

(6) 부사 para sa panggagaya ng tunog, kilos o hugis

Maraming 부사 ng ganitong uri sa Koreano. Narito ang ilan sa mga ito.

- 윙윙: tunog galing sa lumilipad o galing sa motor
- 멍멍, 컹컹: tunog ng kahol ng aso
- 흔들흔들: kilos ng pag-ugoy
- 뭉게뭉게: kilos ng pagbulak tulad ng ulap o usok
- 살살: kilos na gumagawa nang dahan-dahan at malumanay
- 출렁출렁: kilos ng malaking alon
- 찰랑찰랑: kilos ng maliit na alon
- 졸졸: tunog ng umaagos na tubig na hindi malakas
- 콸콸: tunog ng umaagos na tubig na malakas
- 꼬꼬댁: tunog ng sigaw ng manok
- 엉금엉금: pag-crawl o paggagapang tulad ng pagong
- 꼬불꼬불: paikot-ikot o zigzag na maliit
- 꾸불꾸불: paikot-ikot o zigzag na malaki
- 개굴개굴: kukak ng palaka

- 꽃밭에서 벌들이 윙윙 날아다닌다.

  Ang mga bubuyog ay lumilipad nang umuugong sa hardin ng bulaklak.

- 우리 개가 낯선 사람에게 컹컹/멍멍 짖었다.

  Ang aming mga aso ay tumahol/nag-bowwow sa estranghero.

- 지진 때문에 건물이 흔들흔들 움직였다.

  Umaga ang gusali dahil sa lindol.

- 서쪽 하늘에 구름이 뭉게뭉게 피어올랐다.

  Bumulak na pataas ang ulap sa kanlurang langit.

- 나는 그의 어깨를 살살 마사지 해 주었다.

  Nagmasahe ako ng balikat niya nang dahan-dahan at magaan.

- 바다에는 파도가 출렁출렁 치고 있다.

  Umalun-alon nang malakas ang dagat.

- 비가 와서 계곡에 물이 콸콸 흐르고 있다.

  Umaagos nang malakas ang tubig sa bangin dahil umulan.

- 거북이가 엉금엉금 기어 바다로 간다.

  Ang pawikan ay gumagapang sa dagat.

- 산으로 올라가는 길이 꾸불꾸불 보인다.

  Ang landas na paakyat sa bundok ay makikita na paikot-ikot.

- 개구리들이 논에서 개굴개굴 울고 있다.

  Kumukukak ang mga palaka sa palayan.

(7) 부사 para sa pagtuturo

- 여기, 이리: dito
- 저기, 저리: doon
- 거기, 그리: diyan

- 그 사람은 여기 없어요.

  Wala po siya rito.

- 이리 와.

  Halika.

- 그리 가세요.

  Umalis kayo riyan.

- 저리 가.

  Alis diyan. / Umalis ka rito.

(8) Mga iba pang 부사

- 단, 다만, 단지, 오직: lamang
- 겨우: bahagya na, lamang
- 별로: hindi lalo na, nang di-espesyal
- 특히, 특별히: lalo na, tiyakan na, sadya, nang espesyal
- 약, 대강: humigit-kumulang, mga

- 내 지갑에 단/단지/오직/겨우 천 원만 있다.

  May sanlibong Won lang sa pitaka ko.

- 그는 다만/단지/오직 걷기만 했다.

  Siya ay lumakad lang.

- 그는 겨우 시험에 합격했다.

  Bahagya na siyang nakapasa sa iksamen.

- 그는 달리기를 별로 안 좋아한다고 했다.

  Sinabi niya na hindi lalo na niya gusto ang pagtakbo.

- 그는 특히/특별히 돼지고기를 좋아한다고 말했다.

  Sinabi niya na lalong gusto niya ang karneng baboy.

- 이 옷은 특별히 정국이를 위해 샀다.

  Ang damit na ito ay sadyang binili para kay Jeongguk.

- 이 돈은 약/대강 백만 원이다.

  Ang perang ito ay mga isang milyong Won.

Ang 문장부사 ay inilalagay sa harap ng pangungusap at naglalarawan ng buong pangungusap.

(1) 부사 na nagpapahayag ng katiyakan

- 과연: talaga nga
- 정말로, 참말로, 실로: sa katotohanan
- 모름지기: hindi maiiwasan
- 물론: tiyak na, sigurado, siyempre
- 아무튼, 어쨌든, 하여튼: sa papaano, gayon pa man, sa anumang kaso

- 과연 그녀는 아름답구나!
  Talaga ngang maganda siya!

- 정말로/참말로 필리핀은 아름다운 나라이다.
  Sa katotohanan ay magandang bansa ang Pilipinas.

- 실로 30년 만에 그를 다시 만났다.
  Sa katotohanan ay pagkaraan ng tatlumpung taon ko lang siya nakita ulit.

- 모름지기 남자는 용감해야 한다.
  Hindi maiiwasan na dapat matapang ang taong lalaki.

- 물론 대한민국은 민주주의 국가입니다.
  Tiyak na demokratikong bansa po ang Korea.

- 아무튼/어쨌든/하여튼 그렇게 하겠다.
  Gagawin ko ganyan sa anumang kaso.

(2) 부사 na nagpapahayag ng palagay

- 설마(negatibong paghula): siguro (hindi) ~, yata (hindi) ~, (hindi) malamang na ~
- 아마: siguro, marahil , yata   • 만일, 혹시: kung   • 비록, 아무리: kahit na

- 설마 오늘 비는 안 오겠지.
  Siguro walang pag-ulan ngayon.

  * "(용언, 서술격조사)~겠지(요)." at "(체언) ~(이)겠지(요)." ay ang salitang-katapusang pangkongklusyon(종결어미) para sa medyo malakas na hula sa kolokyal na istilo.
  * Ang kolokyal na magalang na pagpapahayag ng "~겠지요." ay madalas na dinadaglat bilang "~겠죠.".

- 할머니, 오늘 비는 안 오겠지요./오겠죠(← 오다).

  Hindi yata uulan ngayon, lola.

- 철수는 방에서 공부하고 있겠지요./있겠죠(← 있다).

  Naniniwala po akong nag-aaral si Cheolsu sa kwarto.

- 그 아이는 초등학생이겠지(← 초등학생이다).

  Isang mag-aaral sa elementarya yata ang batang iyan.

- 아마 그는 여기 오지 않을 것입니다.

  Siguro po hindi siya paparito.

- 만일/혹시 내일 비가 오면, 경기를 연기하겠습니다.

  Kung umulan po bukas ay ipagpapaliban ang laro.

- 비록/아무리 열심히 일일하더라도(←일하다/magtrabaho), 돈을 벌지(←벌다/kumita) 못합니다.

  Kahit na nagtatrabaho po nang mabuti ay hindi kumikita ng pera.

  * Ang "~더라도" ay isang 어미 na pang-ugnay(연결어미 ☞ Seksyon 21, 22) na nagpapahiwatig ng konsesyon.

(3) 부사 na nagpapahayag ng pagnanais o kahilingan

- 제발, 부디: pakiusap
- 아무쪼록: hanggat maaari

- 제발 도와주십시오.

  Pakitulungan po ninyo ako, Ginoo.

- 부디 그렇게 해 주십시오.

  Pakiusap, gawin po ninyo nang ganyan, Ginang.

- 아무쪼록 건강하시기를 바랍니다.

  Nais ko pong malusog kayo hangga't maaari, Madam.

(4) 접속부사(Pang-abay na pang-ugnay) ng 문장 at 문장(sugnay at sugnay)

- 그리고, 또, 또한: at
- 그래서, 그러므로, 따라서: kaya
- 그러면: kung gayon
- 그러나, 그렇지마는, 하지만: pero, nguni't
- 더구나: higit pa, bukod doon
- 도리어, 오히려: bagkos, pabaliktad, sa halip
- 즉: ang ibig sabihin, sa ibang salita
- 왜냐하면: dahil, ang dahilan kung bakit
- 그리고: at saka

- 영수는 착하다. 그리고/또/또한 열심히 공부한다.
  Si Yeongsu ay mabait. At saka nag-aaral nang mabuti.

- 영수는 미남이다. 그래서/그러므로/따라서 나는 그를 좋아한다.
  Si Yeongsu ay guwapo. Kaya gusto ko siya.

- 그러면 나는 무엇을 합니까?
  Kung gayon, ano ang gagawin ko?

- 이 옷은 싸다. 그러나/그렇지마는/하지만 질기다.
  Ang damit na ito ay mura. Pero matibay.

- 어제는 추웠다. 더구나 눈도 왔다.
  Malamig kahapon. Higit pa rito ay nagniyeba.

- 그 약을 먹고 나서 도리어/오히려 병이 나빠졌다.
  Ininom ang gamot na iyan para gumaling, bagkos sumama pa ang sakit.

- 오늘은 6월 6일, 즉 현충일이다.
  Ika-anim ng Hunyo ngayon, Araw ng Bayani ang ibig sabihin.

- 그는 성공했다. 왜냐하면 그는 열심히 노력했기 때문이다.
  Siya ay nagtagumpay. Dahil ito sa kanyang pagsisikap.

- 나는 먼저 방을 청소하고, 그리고 공부를 시작했다.
  Naglinis muna ako ng kwarto, at saka nagsimula ng pag-aaral.

(5) 접속부사 ng 단어 at 단어

- 그리고, 및, 또, 또한: at   - 혹은, 내지, 또는: o

- 대한민국의 영토는 한반도 그리고/및/또/또한 부속 도서로 한다.
  Ang lupa ng Korea ay binubuo ng tangway ng Korea at mga islang
  magkakabit.

- 하루 혹은/내지/또는 이틀만 기다려 주세요.
  Maghintay kayo ng isa o dalawang araw lang.

(1) 게-파생부사

Sa karaniwan, ang pang-uri ay puwedeng magbago sa pang-abay sa pamamagitan ng 어미 na "~게".

- 이렇다 → 이렇게: nang ganito
- 저렇다 → 저렇게: nang gayon
- 높다 → 높게: nang mataas
- 빠르다 → 빠르게: nang mabilis
- 착하다 → 착하게: nang mabait
- 무겁다 → 무겁게: nang mabigat
- 맵다 → 맵게: nang maanghang
- 시원하다 → 시원하게: nang malamig-lamig
- 반듯하다 → 반듯하게: nang matwid/maayos/patayo, sa pantay na anyo

- 그렇다 → 그렇게: nang ganyan
- 아름답다 → 아름답게: nang maganda
- 나쁘다 → 나쁘게: nang masama
- 좋다 → 좋게: nang mabuti
- 무섭다 → 무섭게: nang matakot
- 강하다 → 강하게: nang malakas
- 바보스럽다 → 바보스럽게: nang hangal

- 한글은 이렇게 씁니다.
  Sinusulat po ang Koreanong titik nang ganito.

- 철수는 그렇게 게으른 아이가 아닙니다.
  Si Cheolsu po ay hindi tamad na bata nang ganyan.

- 나는 집을 높게 지었다.
  Nagtayo ako ng bahay nang mataas.

- 착하게만 자라다오.
  Sana'y lumaki ka nang mabait lang.
  * ~만: 보조사

- 바람이 강하게 분다.
  Humahangin nang malakas.

- 그는 반찬을 맵게 요리했다.
  Nagluto siya ng ulam nang maanghang.

- 그는 바보스럽게 행동한다.
  Kumikilos siya nang hangal.

(2) 이-파생부사

Ang 어미 na "~이" ay ginagamit sa 어간 ng 형용사 o 명사 para gumawa ng 파생부사.

- 높다 → 높이: nang mataas
- 깊다 → 깊이: nang malalim
- 집집이: bahay-bahay
- 나날이: araw-araw
- 반듯하다 → 반듯이(☞반듯하게)

- 깨끗하다 → 깨끗이: nang malinis
- 느긋하다 → 느긋이: nang nasisiyahan
- 산산이: pira-piraso
- 없다 → 없이: nang wala

- 나는 전등을 천장에 높이/높게 매달았다.
  Kinabitan ko ng bombilya ang kisame nang mataas.

- 나는 방을 깨끗이/깨끗하게 청소했다.
  Naglinis ako ng kuwarto nang malinis.

- 그들은 땅을 깊이/깊게 팠다.
  Naghukay sila ng lupa nang malalim.

- 나는 집에서 일주일동안 느긋이/느긋하게 쉬었다.
  Nasisiyahan akong nagpahinga sa bahay nang isang linggo.

- 그는 집집이 방문하였다.
  Dinalaw niya ang bahay-bahay.

- 유리창이 산산이 부서졌다.
  Ang bintana ay nadurog pira-piraso.

- 날씨는 나날이 더워졌다.
  Ang panahon ay naging mas mainit araw-araw.

- 그는 돈 없이 여행한다.
  Naglalakbay siya nang walang pera.

(3) 히-파생부사

Ang 어미 na "~히" ay ginagamit sa 어간 ng 형용사 para gumawa ng 부사.

- 조용하다 → 조용히/조용하게: nang tahimik
- 가만하다 → 가만히: nang tahimik, nang sekreto
- 천천하다 → 천천히: nang dahan-dahan
- 촘촘하다 → 촘촘히/촘촘하게: nang siksik
- 친절하다 → 친절히/친절하게: nang mabait, nang mabuti

- 저 부부는 조용히/조용하게 얘기하고 있다.

  Nagsasalita ang mag-asawang iyon nang tahimik.

- 도둑이 가만히 문을 열었다.

  Binuksan ng magnanakaw ang pinto nang sekreto.

- 천천히 걷자.

  Maglakad tayo nang dahan-dahan.

- 그는 밭에 포도나무를 촘촘히/촘촘하게 심었다.

  Nagtanim siya ng puno ng ubas sa halamanan nang siksik.

- 그는 친절히/친절하게 길을 안내하였다.

  Ginabay niya sa daan nang mabuti.

Tinig na Pabalintiyak(수동태)

Isang kakaibang kaugalian sa 필리핀어 ay ginagamit ang
수동문(pangungusap na may 수동태) nang totoong madalas. Pero sa 한국어
ay lalong iniiwasan ang 수동문 kung puwede dahil mas kumplikado kaysa
sa 능동문[pangungusap na may tinig na tahasan(능동태)].

Sa 수동문 ay ginagamit ang pandiwang katawaning di-kumpleto(불완전자동사)
na gumagamit ng gitlapi(이, 히, 리, 기) bilang unang pantig sa 어미 o
ng binagong 어미 na pampabalintiyak(~아지다/~어지다) o ng hulaping
"~되다". Ang 동사 na ginagamit sa 수동문 ay tinatawag ng Pandiwang
pampabalintiyak(피동사). Ang kasalungat ng 피동사 ay 능동사(pandiwang
pantahasan) na ginagamit sa 능동문.

Nag-aral na tungkol sa mga pormula ng pangungusap sa Seksyon 4.

Ang 수동문 ay binagong pangungusap galing sa Pormula 4(S + L + P) sa Pormula 3(S + AS + P) sa pamamagitan ng pagpapalit ng simuno at layon, kaya ang 타동사 ng pormula 4 ay nagbabago sa 불완전자동사 ng Pormula 3.

예 아이는 공을 찬다. → 공이 아이에 의해 차인다.

    Sumisipa ang bata ng bola. → Sinisipa ang bola ng bata.

Ang "~에게" at "~한테" ay ginagamit pag ang 체언 ng AS(부사어) ay ang nilalang na may puso. Ang "~한테" ay mas kolokyal.

* Ang "~에" ay ginagamit pag ang 체언 ng 부사어 ay ang nilalang na walang-puso o walang-buhay.

* Ang "~에 의해" ay ginagamit para sa lahat sa istilong pampanitikan.

Ang 피동사 na may "이", "히", "리" o "기" na isang unang pantig bilang 선어말어미(Nauunang salitang-katapusan) sa 어미 ng 동사 ay maaaring mailalarawan tulad ng mga sumusunod, ngunit dapat nating tandaan na ang mga sumusunod na pagkakatulad ay palaging may eksepsyon.

(1) 이-피동사 mula sa 타동사 na walang 받침자음 o may 받침자음(ㄱ, ㄲ, ㅎ) sa huling pantig(음절) ng 어간.

- 놓이다(ilagay) ← 놓다(maglagay)
- 보이다(tingnan) ← 보다(tumingin)
- 묶이다(itali, talian) ← 묶다(magtali)
- 섞이다(haluin) ← 섞다(maghalo)
- 쌓이다(isalansan) ← 쌓다(magsalansan)
- 쓰이다(sulatin, gamitin) ← 쓰다(gumamit, sumulat)
- 파이다(hukayin) ← 파다(humukay)
- 차이다(sipain) ← 차다(sumipa)

- 방에 침대가 놓였(← 놓이었)다.
  Inilagay na ang kama sa kuwarto.

- 하늘에 비행기가 보인다.
  Tinitingnan ang eruplano sa langit.

- 창고에 많은 물건이 쌓여(← 쌓이어) 있다.
  Isinalansan na ang maraming bagay sa bodega.

- 휘발유는 자동차 연료로 쓰인다(=사용된다).
  Ang gasolina ay ginagamit bilang panggatong ng sasakyan.

- 군인들에 의해 참호가 파였(← 파이었)다.
  Ang trintsera ay hinukay ng mga sundalo.

- 순희의 머리카락은 엄마에 의해 묶였(←이었)다.
  Tinali ni nanay ang buhok ni Sunhi.

(2) 히-피동사 mula sa 타동사 na may 받침자음(ㄱ, ㄲ, ㄷ, ㅂ, ㄼ, ㅈ, ㄵ) sa huling 음절 ng 어간.

- 닫히다(isara) ← 닫다(magsara)
- 먹히다(kainin) ← 먹다(kumain)
- 박히다(martilyuhin) ← 박다(magmartilyo)
- 묻히다(ibaon) ← 묻다(magbaon)
- 밟히다(tapakan) ← 밟다(tumapak)
- 읽히다(basahin) ← 읽다(bumasa)
- 얹히다(ilagay sa ibabaw) ← 얹다(maglagay sa ibabaw)
- 잡히다(hawakan, hulihin, mahuli) ← 잡다(humawak, humuli)
- 잊히다(makalimutan) ← 잊다(lumimot)

- 문이 바람에 닫혔다.
  Isinara ng hangin ang pinto.

- 생선은 개에게/개한테 먹혔다.
  Kinain ng aso ang isda.

- 못이 벽에 박혔다.
  Minartilyo ang pako sa pader.

- 잔디밭이 사람들에 의해 밟히고 있다.
  Tinatapakan ng mga tao ang damuhan.

- 어젯밤에 도둑이 경찰에게 잡혔다.
  Nahuli ng pulis ang magnanakaw kagabi.

- 남북한의 6. 25전쟁은 잊힐(=잊혀질←잊혀지다) 수 없는 우리의 아픈 역사이다.
  The Korean War between South and North Korea is our painful history
  that cannot be forgotten.

(3) 리-피동사 mula sa 타동사 na ㄹ-불규칙동사 o ㄷ-불규칙동사, o may 받침자음(ㄹ, ㅀ) sa huling 음절 ng 어간.

- 눌리다(diinan, idiin) ← 누르다(magdiin)
- 뚫리다(butasin) ← 뚫다(magbutas)
- 들리다(dinggin, marinig) ← 듣다(duminig)

- 실리다(ikarga) ← 싣다(magkarga)
- 물리다(kagatin) ← 물다(kumagat)
- 밀리다(itulak) ← 밀다(magtulak)
- 풀리다(kalasin) ← 풀다(magkalas)
- 잘리다(putulin) ← 자르다(magputol)
- 들리다(bitbitin) ← 들다(magbitbit)
- 깔리다(ilatag) ← 깔다(maglatag)
- 걸리다(isabit) ← 걸다(magsabit)

- 빵이 납작하게 눌렸다.
  Diniin ang tinapay nang manipis.

- 이웃집에서 노랫소리가 들린다.
  Naririnig ang tunog ng kanta galing sa kapitbahay.

- 쌀 포대가 부두 노무자들에 의해 배에 실렸다.
  Ikinarga ng mga trabahador ng piyer ang sako ng bigas sa barko.

- 영수는 개에게 물렸다.
  Kinagat ng aso si Yeongsu.

- 방바닥에 양탄자가 깔려 있다.
  Nakalatag ng alpombra ang sahig ng kuwarto.

(4) 기-피동사 mula sa 타동사 na may 받침자음(ㄴ, ㄶ, ㄷ, ㅁ, ㅅ, ㅈ, ㅊ) sa huling 음절 ng 어간

- 감기다(ikirin, iikid) ← 감다(mag-ikid)
- 안기다(yakapin) ← 안다(yumakap)
- 찢기다(punitin, mapunit) ← 찢다(magpunit)
- 씻기다(hugasan) ← 씻다(maghugas)
- 뜯기다(pingasin) ← 뜯다(magpilas)
- 쫓기다(habulin) ← 쫓다(humabol)
- 끊기다(putulin) ← 끊다(magputol)
- 담기다(lamanan, lamnan) ← 담다(maglaman)

- 실이 실패에 감긴다.
  Iniikid ang sinulid sa karete.

- 아기가 엄마 품에 안겼(←기었)다.

  Niyakap ang sanggol sa dibdib ng nanay.

- 신문이 찢겨(←기어) 있다.

  Punit ang diyaryo.

- 차가 빗물에 씻겨서 깨끗하다.

  Malinis ang kotse dahil hinugasan ng tubig-ulan.

* Ang "~서" mula sa "씻겨서" ay 연결어미 na nagpapahiwatig ng kahulugang
  Dahilan(☞ Seksyon 21, 22).

- 강도들이 지금 경찰에게 쫓기고 있는 중이다.

  Ang mga manloloob ay hinahabol ng pulis ngayon.

- 철사 줄이 반으로 끊겼다.

  Pinutol sa kalahati ang alambre.

2 피동사 na may 어미 na "~아지다/~어지다"

Ang 어미 na "~아/어지다" ay nagbabago 타동사 sa 피동사, kasama na ang hindi
mabago 타동사 sa 피동사 sa pamamagitan ng gitlapi(이, 히, 리, 기) sa 어미.
- 만들어지다(gawin) ← 만들다(gumawa)
- 끊어지다(putulin, maputol) ← 끊다(magputol)
- 찢어지다(punitin) ← 찢다(magpunit)
- 뜯어지다(pingasin) ← 뜯다(magpingas)
- 담아지다(lamanan, lamnan) ← 담다(maglaman)
- 먹혀지다(먹히다 + ~어지다)(kainin) ← 먹다(kumain)
- 지어지다(itayo) ← 짓다(magtayo)
- 읽혀지다(읽히다 + ~어지다)(basahin) ← 읽다(bumasa)

- 자동차는 기술자들에 의해 만들어진다.

  Ang kotse ay ginagawa ng mga mekaniko.

- 녹슨 철조망은 쉽게 끊어진다.

  Ang kinakalawang na alambreng may tinik ay napuputol nang madali.

SEKSYON 19

195

- 쌀 포대가 쥐들에 의해 뜯어졌다.

  Ang sako ng bigas ay pinilas ng mga daga.

- 이 통은 계란 서른 개가 담아져 있다.

  Ang lalagyang ito ay nilalamanan ng tatlumpung itlog.

- 내 집은 목수들에 의해 지어지고 있다.

  Itinatayo ang bahay ko ng mga karpintero.

- 이 소설은 젊은이들에게 많이 읽혀진다.

  Madalas basahin ang nobelang ito ng mga kabataan.

♣ **Ang 어미 na "~아지다/~어지다" ay ginagamit din para palitan ang 형용사 sa kumpletong pandiwang katawanin(완전자동사).**

- 아름답다(maganda) → 아름다워지다(gumanda)

- 멀다(malayo) → 멀어지다(lumayo)

- 부지런하다(masipag) → 부지런해지다(sumipag)

---

3 피동사 na may hulaping "~되다"

Ang hulaping "~되다" ay nagbabago ng maraming 능동사 na "(어근)~하다" sa 피동사.

- 발견되다(makatuklas) ← 발견하다(tuklasin)

- 시작되다(pasimulan) ← 시작하다(magsimula)

- 설치되다(kabitan, instalahan) ← 설치하다(magkabit, mag-instala)

- 사용되다(gamitin) ← 사용하다(gumamit)

- 평가되다(tasahan) ← 평가하다(magtasa)

- 걱정되다(alalahanin) ← 걱정하다(mag-alaala)

- 거듭되다(ulitinin) ← 거듭하다(mag-ulit)

- 발명되다(imbentuhin) ← 발명하다(umimbento)

- 분실되다(maiwala) ← 분실하다(magwala)

- 수출되다(magluwas) ← 수출하다(iluwas)

- 수입되다(angkatin) ← 수입하다(angkatin)

- 분실된 지갑이 현관에서 발견되었다.

  Ang naiwalang pitaka ay natuklasan nasa pintuan.

- 영어 수업은 10시에 시작됩니다.

  Papasimulan po ang klase ng Ingles sa alas-diyes.

- 기술자에 의해 사무실에 에어컨이 설치되었다.

  Ang air conditioner ay ininstalahan ng mekaniko sa opis.

- 세종대왕의 한글자모 창제는 위대한 업적으로 평가되고 있다.

  Ang paglikha ng Koreanong abakada ni King Sejong ay itinuturing na isang kahanga-hangang tagumpay.

- 그는 거듭된 실패 후에 마침내 성공하였다.

  Pagkatapos nang paulit-ulit na pagkabagsak ay nagtagumpay siya sa wakas.

- 전기는 에디슨에 의해 발명되었다.

  Inimbento ang elektrisidad ni Edison.

- 많은 자동차가 이 무역회사에 의해 수출된다.

  Maraming kotse ay iniluluwas ng kumpanya ng kalakalan na ito.

- 할머니의 건강이 항상 걱정됩니다.

  Lagi ko pong inaalala ang kalusugan ng aking lola.

Kausatibang Pangungusap(사동문)

Ang 사동문 ay gawa sa istruktura ng pangungusap na Pormula 4(S + L + P) o Pormula 5(S + AS + L + P). Ang kausatibang pandiwa(사동사) sa 사동문 ay may parehong katangian tulad ng 타동사(Pandiwang palipat).

Ang 사동사 ay hinahango mula sa 용언 sa pamamagitan ng mga gitlapi[이, 히, 리, 기, (이)우, 구, 추] bilang 선어말어미 ng 용언 o sa pamamagitan ng hulapi(접미사) ng "~시키다" na mapapalitan ng "~을/~를 시키다".

At maaaring baguhin ng 보조동사 ng "~게 하다" ang lahat ng 용언 sa 사동사.

Ang 부사격조사 para sa 부사어 sa Formala 3 at Formula 5 ay "~에", "~에게", "~(으)로 하여금" at "~한테" at ang paggamit ay kapareho ng 부사격조사 para sa 수동태. Ang "~(으)로 하여금" ay may parehong katangian ng "~에 의해". (☞→Seksyon 19)

사동사 sa pamamagitan ng gitlapi(이, 히, 리, 기, (이)우, 구, 추)

Ang ilang 사동사 na pinagsimulan sa pamamagitan ng gitlapi(이, 히, 리, 기) ay may parehong anyo ng 피동사 tulad ng "읽히다(basahin, magpabasa)".

(1) 이-사역동사

- 끓이다(magpakulo) ← 끓다(kumulo)
- 녹이다(magpatunaw) ← 녹다(matunaw)
- 속이다(manlinlang) ← 속다(malinlang)
- 죽이다(patayin) ← 죽다(mamatay)
- 줄이다(magbawas) ← 줄다(mabawasan)
- 누이다(pataihin, paihiin) ← 누다(tumae, umihi)
- 먹이다(magpakain) ← 먹다(kumain)
- 높이다(magpataas) ← 높다(mataas)

- 나는 주전자로 물을 끓였다./끓게 하였다.
  Nagpakulo ako ng tubig sa pamamagitan ng takuri.

- 따뜻한 햇볕이 얼음을 녹인다./녹게 한다.
  Nagpapatunaw ng yelo ang mainit na sikat ng araw.

- 그는 친구를 속였다./속게 하였다.
  Nilinlang niya ang kaibigan.

- 나는 파리채로 파리를 죽였다./죽게 하였다.
  Pinatay ko ang langaw sa pamamagitan ng pamaspas.

- 엄마는 아기에게 똥을 누였다./누게 하였다.
  Nagpatae ang nanay ng sanggol.

- 종석이는 염소에게 풀을 먹였다./먹게 하였다.
  Si Jongseok ay nagpakain ng damo sa kambing.

- 그는 조국의 명예를 높였다./높게 하였다.
  Nagtaas siya ng dangal ng sariling bayan.

(2) 히-사동사

- 눕히다(magpahiga) ← 눕다(humiga)
- 맞히다(patamain) ← 맞다(matamaan)
- 앉히다(magpaupo) ← 앉다(umupo)
- 익히다(magpahinog) ← 익다(mahinog)
- 입히다(magpasuot) ← 입다(magsuot)
- 읽히다(magpabasa) ← 읽다(bumasa)
- 식히다(magpalamig) ← 식다(lumamig)
- 잡히다(isangla) ← 잡다(magsangla)
- 좁히다(magpakipot) ← 좁다(makipot)
- 넓히다(magpaluwang) ← 넓다(maluwang)
- 밝히다(magpaliwag) ← 밝다(maliwanag)
- 업히다(magpapasan sa likod) ← 업다(magpasan sa likod)

- 간호사는 환자를 침대에 눕혔다./눕게 하였다.
  Nagpahiga ang nars ng pasyente sa kama.

- 그는 총으로 과녁을 맞혔다./맞게 하였다.
  Pinatamaan niya ang target sa pamamagitan ng baril.

- 엄마는 망고를 상자 속에서 익히는 중이다./익게 하는 중이다.
  Nagpapahinog ang nanay ng mangga sa loob ng kahon.

- 나는 지금 아들에게 책을 읽히고 있다./읽게 하고 있다.
  Nagpapabasa ako ng libro sa anak na lalaki ngayon.

- 나는 돈을 빌리기 위해 은행에 집을 잡혔다./잡게 하였다.
  Isinangla ko ang bahay sa bangko para umutang ng pera.

- 시장은 시청의 입구를 넓혔다./넓게 하였다.
  Nagpaluwang ang alkalde ng pasukan ng city hall.

(3) 리-사동사

- 날리다(magpalipad) ← 날다(lumipad)
- 돌리다(magpaikot) ← 돌다(umikot)
- 살리다(magpabuhay) ← 살다(mabuhay)
- 알리다(magpaalam) ← 알다(makaalam)

- 울리다(magpaiyak) ← 울다(umiyak)
- 들리다(magpabitbit) ← 들다(magbitbit)
- 얼리다(magpayelo) ← 얼다(magyelo)
- 걸리다(magpalakad) ← 걷다(lumakad)

- 영수는 지금 바닷가에서 연을 날리고 있다./날게 하고 있다.
  Nagpapalipad si Yeongsu ng saranggola sa aplaya.

- 현복이는 팽이를 돌립니다./돌게 하고 있습니다.
  Si Hyeonbok po ay nagpapaikot ng trompo.

- 신은 죽은 사람을 살릴 수 있다./살게 할 수 있다.
  Ang Diyos ay maaaring magbigay-buhay sa patay na tao.

- 자웅이는 시험 합격을 부모님에게 알렸다./알게 하였다.
  Ipinagbigay-alam ni Jaung ang tagumpay ng iksamen sa mga magulang.

- 너는 왜 아기를 울리느냐?/울게 하느냐?
  Bakit ka nagpapaiyak ng sanggol?

- 아기의 손에 장난감을 들렸다./들게 하였다.
  Nagpabitbit ng laruan sa kamay ng sanggol.

- 냉장고를 이용해서 물을 얼렸다./얼게 하였다.
  Nagpayelo ng tubig sa pamamagitan ng ref.

- 아기를 걸리지 마라./걷게 하지 마라.
  Huwag kang magpalakad ng sanggol.

(4) 기-사동사

- 남기다(magpatira) ← 남다(matira)
- 숨기다(magpatago) ← 숨다(tumago)
- 웃기다(magpatawa) ← 웃다(tumawa)
- 옮기다(magpalipat) ← 옮다(lumipat)
- 안기다(magpayakap) ← 안다(yumakap)
- 뜯기다(magpanginain) ← (풀을) 뜯다(manginain)
- 벗기다(magpa-alis ng damit) ← (옷을) 벗다(mag-alis ng damit)
- 맡기다(magpa-alaga) ← 맡다(mag-alaga)
- 신기다(pamedyasan) ← (양말을) 신다(magmedyas)
- 신기다(pasapatusan) ← (신발을) 신다(magsapatos)

- 음식을 남기지 마라.

  Huwag kang magpatira ng pagkain.

- 나는 돈을 양말 속에 숨겼(←기었)다.

  Itinago ko ang pera sa loob ng medyas.

- 그의 농담은 많은 사람을 웃겼다.

  Nagpatawa ng maraming tao ang biro niya.

- 그는 환자를 병원으로 옮겼다.

  Pinalipat niya ang pasyente sa ospital.

- 나는 강아지를 영순이에게 안겼다.

  Pinayakap ko kay Yeongsun ang tuta.

- 나는 소들에게 풀밭에서 풀을 뜯겼다.

  Nagpanginain ako ng mga baka sa damuhan.

- 엄마는 아이한테서 젖은 옷을 벗겼다.

  Pinaalis ng nanay ang basang damit sa bata.

- 나는 강아지를 이웃집에 맡겼다.

  Pinaalagaan ko ang tuta sa kapit-bahay.

- 간호사는 환자에게 신발을(양말을) 신겼다.

  Pinasapatusan(Pinamedyasan) ng nars ang pasyente.

(5) (이)우-사동사

- 깨우다(magpagising) ← 깨다(gumising)
- 비우다(magpabakante) ← 비다(mabakante)
- 새우다(magpuyat) ← (밤이) 새다(sumikat)
- 피우다(magpabukadkad) ← (꽃이) 피다(bumukadkad)
- 찌우다(magpataba) ← (살이) 찌다(tumaba)
- 지우다(magpapasan) ← 지다(magpasan)
- 세우다(magpatayo) ← 서다(tumayo)
- 재우다(magpatulog) ← 자다(matulog)
- 채우다(magpapuno) ← 차다(mapuno)
- 태우다(magpasunog) ← 타다(masunog)
- 돋우다(magpataas) ← 돋다(tumaas)

- 내일 새벽에 너를 깨우겠다.

  Magpapagising ako sa iyo bukas ng madaling-araw.

- 쓰레기통을 비워(←우어)라.

  Bakantihin mo ang basurahan.

- 나는 친구 아버지의 장례식장에서 밤을 새웠(←우었)다.

  Nagpuyat ako sa punerarya ng ama ng kaibigan ko.

- 따뜻한 날씨는 일찍 꽃을 피운다./피게 한다.

  Ang mainit na klima ay nagpapabulaklak nang maaga.

- 그는 살을 찌우기 위해 많이 먹는다.

  Kumakain siya nang marami para patabain(tumaba).

- 나는 그에게 짐을 조금만 지웠다./지게 하였다.

  Nagpapasan ako nang konti lang sa kanya.

- 쌀로 단지를 채웠다.

  Pinuno ng bigas ang banga.

- 누가 쓰레기를 태웠느냐?

  Sino ang nagpasunog ng basura?

- 집을 짓기 위해 땅을 돋우었다.

  Para magtayo ng bahay ay nagpataas ng lupa.

(6) 구-사동사

- 달구다(magpainit, painitin) ← 달다(uminit)

- 대장장이는 쇠를 숯불로 뜨겁게 달구었다.

  Ang bakal ay pinainit ng panday sa nag-aapoy na uling.

(7) 추-사동사

- 낮추다(ibaba, magpababa) ← 낮다(mababa)
- 늦추다(ipahuli, ipagpaliban) ← 늦다(huli)
- 맞추다(iakma, limitahan, tamaan) ← 맞다(matamaan)
- 들추다(iangat ang bagay, isiwalat (ang lihim)) ← 들다(hawakan, magkomentaryo)

- 많이 팔기 위하여/위해 가격을 낮추었다.

  Nagpababa ng halaga para magbenta nang marami.

  * Ang "위하여/위해" ay nanggaling sa "위하다(gumawa ng kabutihan para sa ~)". Ang "위하여" ay pampanitikan at ang "위해" ay kolokyal.

- 우리는 회의를 세 시간 늦추었다.

  Tatlong oras naming ipinagpaliban ang miting.

- 자명종을 정각 여섯 시에 맞추었다.

  Itinakda ang relos na may alarma sa saktong alas-sais.

- 그는 나의 비밀을 사람들에게 들추었다.

  Isiniwalat niya ang lihim ko sa mga tao

(8) Di-karaniwang 사동사

- 없애다(magpawala, paalisin) ← 없다(wala)
- 적시다(basain) ← 젖다(bumasa)
- 일으키다(magpangyari) ← 일다(mangyari)
- 돌이키다(magpabalik, ibalik) ← 돌다(pumihit na pabalik)

- 집에서 위험한 물건을 전부 없앴다.

  Pinaaalis ang lahat ng mapanganib na bagay sa bahay.

- 그는 걸레를 물에 적셨(←시었)다.

  Binasa niya ang basahan sa tubig.

- 유능한 대통령은 나라의 경제를 일으킨다.

  Ang Pangulong may kakayahan ay nagpabuhay ng ekonomiya ng bansa.

- 불쾌한 추억은 돌이키지 마라.

  Huwag mong ibalik ang masamang alaala.

2 **사동사 na may 접미사 na "~시키다" galing sa lahat ng "~하다"-동사**

- 일시키다(magpatrabaho) ← 일하다(magtrabaho)
- 공부시키다(magpa-aral) ← 공부하다(mag-aral)
- 정지시키다(magpahinto) ← 정지하다(huminto)

- 장애인들에게 일시키지 마세요.
  Huwag kayong magpatrabaho sa mga taong may kapansanan.

- 자녀들에게 공부시키는 것은 부모의 의무다.
  Ang pagpapaaral ng mga anak ay tungkulin ng mga magulang.

- 경찰은 빨간 차를 정지시켰다.
  Pinahinto ng pulis ang pulang kotse.

3 **사동문 na may 타동사 na "~을/를 시키다" para sa lahat ng "~하다"-동사**

- 일을 시키다(magpatrabaho) ← 일하다(magtrabaho)
- 공부를 시키다(magpa-aral) ← 공부하다(mag-aral)
- 등산을 시키다(magpa-akyat sa bundok) ← 등산하다(umakyat sa bundok)
- 여행을 시키다(magpalakbay) ← 여행하다(maglakbay)

- 장애인들에게 일을 시키지 마세요.
  Huwag kayong magpatrabaho sa mga taong may kapansanan.

- 자녀들에게 공부를 시키는 것은 부모의 의무다.
  Ang pagpapaaral ng mga anak ay tungkulin ng mga magulang.

- 건강을 위해 아이들한테 자주 등산을 시킵니다.
  Para sa kalusugan po ay pinaaakyat ang mga anak sa bundok nang
  madalas.

- 인생 경험을 위해 아이들에게 일 년에 한 번씩 해외여행을 시킨다.
  Para sa karanasan ng buhay ay nagpapalakbay ng mga anak sa ibang
  bansa isang beses sa isang taon.

SEKSYON 20

- 놀게 하다(magpalaro) ← 놀다(maglaro)
- 가게 하다(magpapunta) ← 가다(pumunta)
- 먹게 하다(magpakain) ← 먹다(kumain)
- 공부하게 하다(magpa-aral) ← 공부하다(mag-aral)
- 사게 하다(magpabili) ← 사다(bumili)
- 밝게 하다(paliwanagan) ← 밝다(maliwanag)
- 편리하게 하다(magpaginhawa) ← 편리하다(maginhawa)
- 타게 하다(magpasakay) ← 타다(sumakay)
- 웃게 하다(magpatawa) ← 웃다(tumawa)
- 가난하게 하다(magpahirap) ← 가난하다(mahirap)

- 나는 아이들을 정원에서 놀게 했다.

  Nagpalaro ako ng mga bata sa hardin.

- 나는 아들을 일찍 학교에 가게 했다.

  Nagpapunta ako ng anak na lalaki sa paaralan nang maaga.

- 엄마는 딸에게 약을 먹게 했다.

  Nagpainom ang nanay ng gamot sa anak na babae.

- 선생님은 영수에게 수학을 더 열심히 공부하게 했다.

  Nagpaaral ang titser ng matematika kay Yeongsu nang mas mabuti.

- 어머니는 제가 먹고 싶은 과일을 사게 했습니다.

  Nagpabili po ang Inay ng prutas na gusto kong kainin.

- 그는 할머니의 방을 밝게 했습니다.

  Pinaliwanagan po niya ang kuwarto ng lola.

- 발명가는 인간의 삶을 편리하게 합니다.

  Ang imbentor po ay nagpaginhawa ng buhay ng tao.

- 그는 나를 그의 차에 타게 했다.

  Pinasakay niya ako sa kanyang kotse.

- 그의 농담은 많은 사람을 웃게 했다.

  Nagpatawa ng maraming tao ang biro niya.

- 능력 없는 사장은 회사를 어렵게 한다.

  Ang presidenteng walang kakayahan ay nagpapahirap ng kompanya.

5 Kausatbang pangungusap na patanggi(부정사동문)

Ginagamit ang "(용언)~지 않게 하다" o "(용언)~지 못하게 하다" para sa
부정사동문(☞ Seksyon10).

- A: 나는 아이들을 정원에서 놀지 않게 했다.

  Ipinagbawal ko ang mga anak na maglaro sa hardin.

 B: 나는 아이들을 정원에서 놀지 못하게 했다.

  Pinigilan ko ang mga anak na maglaro sa hardin.

- A: 나는 아들을 너무 일찍 학교에 가지 않게 한다.

  Ipinagbabawal ko ang anak na lalaking pumasok sa paaralan nang

  masyadong maaga.

 B: 나는 아들을 너무 일찍 학교에 가지 못하게 한다.

  Pinipigilan ko ang anak na lalaking pumasok sa paaralan nang

  masyadong maaga.

- A: 엄마는 딸에게 그 약을 먹지 않게 했다.

  Ipinagbawal ng ina ang anak na babaeng hindi uminom ng gamot na

  iyan.

 B: 엄마는 딸에게 그 약을 먹지 못하게 했다.

  Pinigilan ng ina ang anak na babaeng uminom ng gamot na iyan.

21

Pagbabago ng 어미 para sa 용언 I (용언의 어미변화 I)

Sa taong Koreanong nag-aaral ng 필리핀어 ay sobrang maraming panlapi ang unang kahirapan kung ihahambing sa lengguwahe ng ibang bansa. Pero sa katotohanan, ang 한국어 rin ay may sobrang maraming uri ng pagababago ng salitang-katapusan(어미변화) para sa 용언, kabilang ang 서술격조사, na nagbibigay ng mga tungklin na panagano, panahunan, paggalang, pagkamahiyain, pagbabanghay at pang-ugnay. Ang ibig sabihin ay pinakakomplikadong bahagi sa 한국어 ang 어미변화. Sinasabing ang mga uri ng 어미변화 ay binibilang ng mga 1,760 lahat.

1 Balangkas ng 어미

Ang 어미 ay binubuo ng paunang 어미(선어말어미) at ng panghuling 어미(어말어미). Ang 선어말어미 ay ginagamit upang maipahayag ang paggalang at panahunan, kaya ang pawatas ng 용언 ay walang 선어말어미.

Ang 어말어미 ay muling hinahahati sa 어미 na pangkonklusyon(종결어미) na mga 20% at 어미 na pang-ugnay(연결어미) na mga 80% na ginagamit sa tambalan at hugnayang pangungusap.

Halimbawa ng 어미

① 쓰다: sumulat, sulatin

선생님께서 칠판에 "조용히!"라고 <u>쓰셨</u>(← 시었)습니다.

Sinulat po ng titser ang "Tahimik!" sa pisara.

- 쓰: 어간
- 시: 선어말어미 para sa paggalang sa ikatlong panauhnan
- 었: 선어말아미 para sa 과거시제
- 습니: 선어말어미 para sa pampanitikang 존댓말 sa kinakausap
- 다: 종결어미

② 먹다: kumain, kainin

저는 나중에 혼자 <u>먹겠습니다</u>.

Nag-iisa po akong kakain mamaya.

- 먹: 어간
- 겠: 선어말어미 para sa 의지미래 ng kumakausap
- 습니: 선어말어미 para sa pampanitikang 존댓말 sa kinakausap
- 다: 종결어미

③ 공부하다(여-불규칙동사): mag-aral

너는 어제 정말 열심히 <u>공부했</u>(← 하였)구나!

Nag-aral ka kahapon nang totoong mabuti!

- 공부: 어간하
- 였: 선어말어미 para sa ng 과거시제
- 구나: 종결어미 para sa pandamdam at 반말 sa kinakausap

④ 배우다: matuto, 재미있다: natutuwa, masaya

저는 피아노를 배우니까 재미있어요.

Natutuwa po ako dahil natututo ng piyano.

- 배우: 어간
- 니까: 연결어미 na nangangahulugang "Dahilan"
- 재미있: 어간
- 어요: 종결어미 para sa kolokyal na 존댓말 sa kinakausap

2 Listahan ng kaugaliang 연결어미

Pag-uukol	연결어미
pag-isa-isa(나열)	~고, ~(으)며
pagkakasabay(동시)	~(으)면서, ~자, ~자마자
pagkakasunud-sunod(순서)	~고, ~(아/어)서
pagbabago ng kalagayan o kilos (상황/행위의 전환)	~다가, ~다
pagtutol(대립), pagkakaiba(대조)	~(으)나, ~지만, ~ㄴ데/~는데/~은데, ~(아/어)도
dahilan(이유), pinagmulan(원인)	~(아/어)서, ~(으)니까, ~(으)므로, ~느라고
kondisyon(조건), pag-aakala(가정)	~(으)면, ~(으)려면, ~(이)라면, ~(아/어)야
pakay(목적), layunin(의도)	~(으)러, ~(으)려고, ~게
konsesyon(양보)	~(아/어)도, ~ㄹ지라도/~을지라도, ~더라도
pagpili(선택)	~거나, ~든, ~든지, ~든가
paraan(방법, 수단)	~(아/어)서, ~고
kalagayan sa kadahilanan(배경)	~ㄴ데/~는데/~은데, ~(으)니

(1) Pag-isa-isa ng mga pangyayari: ~고, ~(으)며

① Parehong mga ito(Pangito.) ay nag-uugnay ng mga sugnay(절) nang kapantay at walang ibang kahulugan.

② Upang bigyang-diin ang kahulugan ng kapantay na pag-isa-isa, maaaring idagdag ang 부사 na "그리고(at, pati na rin).

③ Para sa 과거시제, ang "~고" ay puwedeng magwala ng 선어말어미(~았/었~), ngunit ang "~(으)며" ay dapat gumamit.

④ Pangito. ay puwedeng magwala ng 선어말어미(~겠~) para sa 미래시제,

⑤ Ang "~(으)며" ay hindi bumabagay sa 청유문 at 명령문.

⑥ Ang "~고" ay kolokyal at ang "~(으)며" is pampanitikan.

- 비가 오고/오며 (그리고) 바람이 분다.
  Umuulan at mahangin.

- 어제는 비가 오고/왔고/왔으며 바람도 불었다.
  Umulan at bukod sa mahangin pa kahapon.

- 내일은 비가 오고/오겠고/오겠으며/올 것이고 바람도 불겠다.
  Uulan at saka mahangin din bukas.

- 영수는 키가 크고 미남이다.
  Si Yeongsu ay matangkad at pogi.

- 영수는 키가 크고/크며 갑제는 키가 작다.
  Si Yeongsu ay matangkad at si Gapje ay pandak.

- 승기는 공부도 못 하고/하며 운동도 못 한다.
  Si Seunggi ay hindi magaling sa pag-aaral, ni hindi magaling sa laro.

- 바나나도 먹고 망고도 먹어라.
  Kumain ka ng saging at saka mangga pa.

- 나는 고등학생이고/고등학생이며 형은 대학생이다.
  High school student ako at college student ang kapatid ko.

• 강은 맑으며/맑고 하늘은 푸르다.
  Malinaw ang ilog at maasul ang langit.

(2) Pagkakasabay ng mga pangyayari: ~(으)면서, ~자, ~자마자

① Kung kailangang mag-diin ng pagkakasabay, puwedeng dagdagin ang 부사 na "동시에(nang sabay-sabay)" sa likod ng 연결어미.

② Hindi ginagamit ang 선어말어미 na "~았/었~" at "~겠~" para sa panahunan.

③ Lahat ng mga ito(Langito.) ay hindi bumabagay sa 부정문.

④ Ang "~으면서" ay ginagamit pag ang huling pantig ay may 받침자음.

⑤ Pag ang "~(으)면서" at "~자" ay kinakabit sa 형용사 o 서술격조사, mayroon pa ang kahulugan ng pag-isa-isa.

⑥ Ang "~자" ay bumabagay sa 동사 at 서술격조사, pero "~자마자" bumabagay sa 동사 lang.

⑦ Ang "~자" ay hindi bumabagay sa 명령문, 청유문 at 의문문.

• 우리는 등산을 하면서 이야기를 했다.
  Nag-usap tayong umaakyat sa bundok.

• 나는 피아노를 치면서 노래를 불렀다.
  Kumanta akong nagpipyano.

• 열이 나면서 (동시에) 머리도 아프다.
  Nilalagnat, at saka masakit ang ulo (nang sabay-sabay).

• 이것은 싸면서 질기다.
  Ito ay mura at matibay.

• 그는 학생이면서/학생이자 영화배우다.
  Siya ay estudyante, at saka artista ng pelikula.

• 커피 마시면서 쉬어라.
  Magpahinga kang umiinom ng kape.

• 우리는 과일을 먹으면서 텔레비전을 보았다.
  Nanood kami ng TV habang kumakain ng prutas.

• 집을 나서자/나서자마자 (동시에) 비가 오기 시작했다.
  Pagkaalis ng pagkaalis sa bahay, nagsimulang umulan.

- 까마귀 날자 배 떨어진다.

  Pagkalipad ng pagkalipad ng uwak, nahuhulog ang peras.

- 그녀는 나를 만나자마자 울기 시작했다.

  Pagkakita ng pagkakita niya sa akin, nagsimula siyang umiyak.

- 어이구, 너는 영화가 시작하자마자 자는구나!

  Ay naku, nakakatulog ka pagkasimula ng pagkasimula ng sine!

(3) Pagkakasunud-sunod ng mga pangyayari: ~고, ~(아/어)서

① Ang mga simuno ng mga sugnay ay dapat pareho.

② Hindi ginagamit ang 선어말어미(~았/었~, ~겠~) para sa panahunan.

③ Pangito. ay bumabagay sa 동사 lang at hindi bumabagay sa 부정문.

④ Pag ang kalagayan ng unang sugnay ay mabisa sa sumusunod na sugnay, ginagamit ang "~(아/어)서" pero kung hindi ay ginagamit ang "~고".

⑤ Ang "~고 나서" mula sa 보조동사 na "~고 나다" ay mas tiyak kaysa sa "~고" para sa kahulugan ng pagkakasunod-sunod.

⑥ Sa kaso ng "~고" o "~고 나서", 부사 na "그리고(at saka)" ay puwede idagdag upang bigyang-diin ang kahulugan ng pagkakasunod-sunod.

- 그는 옷을 벗고/벗고 나서 (그리고) 침대에 누웠다.

  Pagkatanggal ng damit ay humiga siya sa kama.

- 나는 아침을 먹고/먹고 나서 (그리고) 학교에 갔다.

  Pagkakain ng almusal pumunta ako sa paaralan.

- 나는 방을 청소하고 아침식사를 했다.

  Pagkalinis ng kuwarto kumain ako ng almusal.

- 옷을 벗어서 옷장에 넣었다.

  Nagtanggal ng damit tapos inilagay sa aparador.

- 나는 과일을 씻어서 먹었다.

  Hinugasan ko ang prutas at kinain.

- 운전면허증을 지갑에 넣어서 책상 위에 두었다.

  Nilagay ko sa walet ang driver's license at nilagay sa desk.

(4) **Pagbabago ng kalagayan o kilos: ~다가, ~다**

① Pangito. ay hindi bumbagay sa 미래시제. Para sa 과거시제 ay kailangan ng "~다가" ang "~았/었~" pero hindi ng "~다".

② Kung pareho ang kalagayan o gawa ng mga sugnay, ang mga simuno ng mga sugnay ay puwedeng iba, pero kung hindi pareho, dapat pareho ang mga simuno.

③ Sa karaniwan ay ginagamit ang "~다가".

- 그는 아침을 먹다가/먹다 전화를 받았다.
  Habang kumakain siya ng almusal ay tumanggap ng tawag.

- 그는 회사에 출근하다가/출근하다 집으로 돌아왔다.
  Habang pumapasok siya sa kompanya ay umuwi sa bahay.

- 그는 회사에 출근했다가 집으로 돌아올 것이다.
  Pagkapasok niya sa kompanya ay uuwi sa bahay.

- 오전에는 내가 소들을 돌보다가 오후에는 형이 소들을 돌본다.
  Nag-aalaga ako ng mga baka sa umaga tapos ang kuya sa hapon.

- 집 바깥이 조용하다가 갑자기 시끄럽다.
  Ang labas ay tahimik at biglang maingay.

- 그는 선생이었다가 이제는 사업가이다.
  Noon titser siya pero negosyante ngayon.

- 여기서 잠깐 쉬다가 갑시다.
  Magpahinga po tayo rito sandali tapos pumunta.

(5) **Pagtutol/Pagkakaiba: ~(으)나, ~지만, ~ㄴ데/~는데/~은데, ~(아/어)도**

① Langito. ay ginagamit pag kasalungat o iba ang mga kontento ng una at sumusunod na sugnay.

② Ang "~(으)나", "~지만" at "~ㄴ데/~는데/~은데" ay dapat gumamit ng 선어말어미(~았/었~, ~겠~) para sa panahunan.

③ Sa "~(아/어)도" ay gamitin ang "~았/었~" para sa 과거시제, pero ang "~겠~" ay hindi gamitin para sa 미래시제.

④ Ang "~(으)나" at "~ㄴ데/~는데/~은데" ay hindi bumabagay sa 청유문 at 명령문.

- 영수는 키가 크지만/크나/큰데/커도 칠성이는 키가 작다.

  Si Yeongsu matangkad pero si Chilseong ay pandak.

- 설탕은 물에 녹으나/녹지만/녹는데/녹아도 식용유는 녹지 않는다.

  Natutunaw ang asukal sa tubig pero hindi ang mantika.

- 나는 그녀를 사랑했으나/사랑했지만/사랑했는데/사랑했어도 그녀는 나를 사랑하지 않았다.

  Minahal ko siya pero hindi niya ako minahal.

- 너는 성인이나/성인이지만/성인인데/성인이어도 미성년자보다 못하다.

  Ikaw ay mayor-de-edad pero hindi kasinggaling ng menor-de-edad.

- 그는 영어는 못 하나/하지만/하는데/해도 일본어는 잘 한다.

  Siya ay hindi nagsasalita ng Ingles pero nagsasalita ng Haponese nang mabuti.

Pagbabago ng 어미 para sa 용언 II
(용언의 어미변화 II)

Kawikaan ng Korea(한국 속담)

가는 말이 고와야 오는 말이 곱다

Kung maganda ang salitang sinabi mo, maganda rin ang salitang pagbabalik.

Magandang salita para sa magagandang salita.

고기는 씹어야 맛이고 말은 해야 맛이다.

Mas masarap ang karne sa pagnguya, at mas masarap ang salita sa pagsasabi.

Ang damdamin ay sinadya upang ipahayag.

낮말은 새가 듣고 밤말은 쥐가 듣는다.

Ang mga ibon sa araw ay nakikinig, at ang mga daga sa gabi ay nakikinig.

Ang pader ay may tainga.

Iwasang magsalita ng masama tungkol sa ibang tao.

발 없는 말이 천리를 간다.

Ang masamang balita ay may pakpak.

Ang salita ay tumatakbo ng libu-libong milya kahit na walang paa.

(1) Dahilan o pinagmulan: ~(아/어)서, ~(으)니까, ~(으)므로, ~느라고

① Langito. ay ginagamit pag ang kontento ng unang sugnay ay may dahilan o pinagsimulan para sa sumusunod na sugnay.

② Ang "~(으)니까" at "~(으)므로" ay puwedeng kumaltas ng "~았/었~" para sa 과거시제, pero dapat gumamit ng "~겠~" para sa 미래시제.

③ Ang "~(아/어)서" at "~느라고" ay hindi gumamit ng 선어말어미 para sa panahunan.

④ Kapag ginamit ang "~느라고", 주어 ng bawat sugnay ay dapat pareho at ang nilalang na may puso.

⑤ Ang "~느라고" ay bumabagay sa 동사 lang at hindi maaaring pagsamahin sa negatibong 연결어미.

⑥ Ang "~(아/어)서", "~(으)므로" at "~느라고" ay hindi bumabagay sa 청유문 at 명령문.

⑦ Sa kaso ng "~느라고", ang nilalaman ng sumusunod na sugnay ay salungat o negatibo sa naunang sugnay.

- 방이 넓어서/넓으니/넓으니까/넓으므로 아이들이 좋아한다.
  Nasisiyahan ang mga anak dahil maluwag ang kuwarto.

- 영수는 발이 아파서/아프니/아프니까/아프므로 걸을 수 없다.
  Hindi puwede si Yeongsu lumakad dahil masakit ang paa.

- 택시를 타서/타니(탔으니)/타니까(탔으니까)/타므로(탔으므로) 늦지 않았다.
  Hindi nahuli dahil nagtaksi.

- 아이들을 잘 돌보겠으니/돌보겠으니까/돌보겠으므로 걱정하지 마세요.
  Huwag kayong mag-alala dahil aalagaan ang mga bata nang mabuti.

- 숙제를 하느라고 잠을 못 잤다.
  Hindi natulog dahil gumawa ng araling-bahay.

- 어제는 친구들과 노느라고(← 놀다) 숙제를 못했다.
  Hindi gumawa ng araling-bahay dahil naglaro kasama ang mga kaibigan kahapon.

- 늦었으니/늦었으니까/늦었으므로 택시를 타자.
  Magtaksi tayo dahil huli na.

- 나는 수영을 못 해서/하니/하니까/하므로 바다에 안 가요.
  Hindi ako pumupunta sa dagat dahil hindi ako puwedeng lumangoy.

♣ **Ang "때문에" na 부사어 rin ay may kahulugan ng dahilan o pinagmulan bilang pang-ugnay na ginagamit nang madalas. (**☞ Section 14, 의존명사**)**

1) 명사 + "때문에"

- 너 때문에 학교에 늦었다.
  Huli na sa paaralan dahil sa iyo.

- 돈 때문에 은행에 갔다.
  Pumunta sa bangko dahil sa pera.

2) 동명사 o 형용명사: "~ㅁ/~음/~움 때문에"

- 너의 아름다움 때문에 너를 좋아한다.
  Gusto kita dahil sa kagandahan mo.

- 아버지의 죽음 때문에 슬프다.
  Malungkot dahil sa kamatayan ng ama.

3) 동명사 o 형용명사: "~기 때문에", "~ㅆ기 때문에(과거시제)"

- 택시를 타기 때문에 늦지 않을 것이다.
  Hindi mahuhuli dahil nagtataksi.

- 택시를 탔기 때문에 안 늦었다.
  Hindi nahuli dahil nagtaksi.

- 물을 마셨기 때문에 목이 마르지 않아요.
  Hindi po nauuhaw ang lalamunan dahil uminom ng tubig.

- 예쁘기 때문에 너를 좋아한다.
  Gusto kita dahil maganda ka.

4) 서술격조사: "~이기 때문에"

- 택시를 탈 예정이기 때문에 늦지 않을 것이다.
  Hindi mahuhuli dahil magtataksi.

• 그는 회사의 사장이기 때문에 바쁘다.

Abala siya dahil siya ay presidente ng kumpanya.

• 저것은 목재이기 때문에 물에 뜬다(← 뜨다).

Dahil sa kahoy, lumulutang iyon sa tubig.

(2) Kondisyon/Pag-aakala: ~(으)면, ~(이)면, ~(이)라면, ~(아/어)야

① Langito. ay nag-uugnay, pag ang kontento ng unang sugnay ay
kondisyon o pag-aakala para sa sumusunod na sugnay.

② Ang "~(이)면" at "~(이)라면" ay bumabagay sa 서술격조사 lang.

③ Langito. kundi "~(이)라면" gumagamit ng "~았/었~" para sa 과거시제,

④ Langito. ay hindi gumagamit ng "~겠~" para sa 미래시제.

⑤ Ang "~(으)면" na may "~겠~" ay nagpapahayag ng hula ng kumakausap.

• 모르겠으면 질문해라.

Kung hindi maintindihan, magtanong ka.

• 네가 못 하겠으면 내가 하겠다.

Kung hindi mo kaya, gagawin ko.

• 떠나겠으면 미리 준비하세요.

Maghanda kayo nang maaga kung gustong umalis.

⑥ Ang "~(아/어)야" ay nagpapahiwatig ng kahulugan ng kondisyon at hindi
bumabagay sa 청유문 at 명령문.

• 노래를 잘 Ⓐ부르면/Ⓑ불러야 상을 탈 수 있다.

Ⓐ Kung kakanta nang mabuti, puwedeng manalo ng premyo.

Ⓑ Batay sa magaling na pagkanta, puwedeng manalo ng premyo.

• 어제 노래를 잘 Ⓐ불렀으면/Ⓑ불렀어야 상을 탈 수 있었다.

Ⓐ Kung kumanta nang mabuti kahapon, puwedeng manalo ng premyo.

Ⓑ Dapat kumanta nang mabuti kahapon, para puwedeng manalo ng
premyo.

• 시험성적이 Ⓐ좋으면/Ⓑ좋아야 합격할 것이다.

Ⓐ Kung maganda ang marka mo sa pagsusulit, papasa ka.

Ⓑ Sa kondisyon na maganda ang marka ng pagsusulit, papasa ka.

- 부지런한 Ⓐ사람이면/Ⓑ사람이어야 부자가 될 수 있다.

  Ⓐ Kung masipag ang tao, maaari siyang yumaman.

  Ⓑ Ang taong masipag lang ang maaaring yumaman.

- 내가 Ⓐ너라면/Ⓑ학생이라면 공부만 열심히 하겠다.

  Ⓐ Kung ako sayo, mag-aaral lang ako nang mabuti.

  Ⓑ Kung estudyante ako, mag-aaral lang ako nang mabuti.

- 아빠가 도착하면 함께 식사하자.

  Pag dating ng tatay, kumain tayo kasama.

- 네가 안 가면 내가 가겠다.

  Kung hindi ka pupunta, pupunta ako.

- 고기를 적게 먹어야 날씬해진다.

  Dapat kang kumain ng mas kaunting karne para pumayat.

♣ **Ang "~라면" ay ginagamit din bilang pinaikling 연결어미(~라고 하면) na nangangahulugang 'gaya ng sinabi sa iyo', 'gaya ng sinasabi ko sa iyo' o 'kung sasabihin mo'.**

- 가라면(가라고 하면) 가.

  Pumunta ka gaya ng sinabi sa iyo.

- 내가 먹으라면(먹으라고 하면) 먹어야 한다.

  Dapat kang kumain gaya ng sinasabi ko sa iyo.

- 유기농 채소라면(채소라고 하면) 사겠다.

  Kung sasabihin mo na ito ay organikong gulay, bibili ako.

- 그 사람이 영철이라면(영철이라고 하면) 만나겠다.

  Kung sasabihin mong siya ay si Yeongcheol, makikita ko siya.

(3) **Pakay/Layunin: ~(으)러, ~(으)려고, ~게**

① Langito. ay nag-uugnay, pag ang kontento ng unang sugnay ay pakay o layunin at ang sumusunod na sugnay ay para tuparin ito.

② Langito. ay bumabagay sa 동사 lang at hindi gumagamit ng 선어말어미 para sa panahunan.

③ Kundi "~게", 주어 ng bawat sugnay dapat pareho at ang nilalang na may puso.

④ Ang "~(으)려고" ay hindi bumabagay sa 청유문 at 명령문.

⑤ Ang "~(으)러" ay hindi bumabagay sa 부정문.

- 축구하러/축구하려고 운동장에 가요.
  Pumupunta po sa palaruan para maglaro ng putbol.

- 살을 빼려고 굶는 중이다.
  Nagpapagugutom ako para pumayat.

- 저는 시험을 잘 보려고 공부하고 있어요.
  Nag-aaral po ako para umeksamen nang mabuti.

- 늦지 않으려고(← 않다) 하면/않으려면 서둘러라.
  Bilisan mo kung ayaw mong mahuli.

* Ang "~려고 하면" ay maaaring paikliin ng "~려면".

- 빨리 도착하려고 하면/도착하려면 비행기로 가거라.
  Kung gusto mong makarating ng mabilis, sumakay ka ng eroplano.

- 아버지가 주무시게 이불을 펴 드렸다.
  Naglatag ng kumot para makatulog ang ama.

- 정원이 보이게 영수는 창문을 열었다.
  Para tingnan ang hardin ay binuksan ni Yeongsu ang bintana.

- 영화를 보러 극장에 가자.
  Pumunta tayo sa sinehan para manood ng sine.

- 아기가 잠들 수 있게 조용히 해라.
  Tahimik kayo para makatulog ang sanggol.

♣ Ang "(동명사)~기 위해/위하여" ay isang salitang pang-ugnay din para sa pakay o layunin. Ang "위해" ay 준말 ng "위하여".

- 축구하기 위해 운동장에 가요.

- 살을 빼기 위해 굶는 중이다.

- 저는 시험을 잘 보기 위하여 공부하고 있어요.

(4) Konsesyon: ~(아/어)도, ~(ㄹ/을)지라도, ~더라도

① Langito. ay nag-uugnay pag ang nilalaman ng sumusunod na sugnay ay salungat sa naunang sugnay nasa konsesyon.

② Langito. ay gumagamit ng "~았/었~" para sa 과거시제 pero hindi gumagamit ng "~겠~" para sa 미래시제.

③ Ang "비록" o "아무리" na 부사 ay puwedeng gamitin upang bigyang-diin ang kahulugan ng konsesyon.

- (비록) 시험에 떨어져도/떨어질지라도/떨어지더라도 실망하지 않겠다.
  Kahit na bumagsak (pa man) sa eksamen, hindi mabibigo.

- 그는 시험에 떨어졌어도/떨어졌을지라도/떨어졌더라도 실망하지 않았다.
  Kahit na bumagsak siya sa eksamen, hindi nabigo.

- (아무리) 힘들어도/힘들지라도/힘들더라도 그는 포기하지 않는다.
  Kahit na mahirap (pa man), hindi siya sumusuko.

- (아무리) 날씨가 나빠도/나쁠지라도/나쁘더라도 우리는 내일 등산하겠다.
  Kahit na masama (pa man) ang panahon, aakyat tayo sa bundok bukas.

- 그 일은 누가 해도/할지라도/하더라도/할지라도 결과는 같을 것이다.
  Kahit sinuman na gumagawa ng trabahong iyan, magpapareho ang resulta.

- 이 일은 누가 했어도/했더라도/했을지라도 결과는 같다.
  Kahit sinuman na gumawa ng trabahong ito, pareho ang resulta.

- 네가 아무리 가난해도/가난하더라도/가난할지라도 누가 너를 도울까?
  Kahit na mahirap ka pa man, sino ang tutulong sa iyo?

- 네가 비록 성인이어도/성인이라도/성인일지라도 담배는 피지 마라.
  Kahit na mayor-de-edad pa man, huwag kang magsigarilyo.

- 네가 미성년이 아니어도/아니라도/아닐지라도 담배는 피지 마라.
  Kahit na hindi ka menor-de-edad, huwag kang magsigarilyo.

- (아무리) 시간이 없어도/없더라도/없을지라도 서두르지 말자.
  Kahit na walang oras (pa man), huwag tayong magmadali.

(5) Pagpili: ~거나, ~든, ~든지, ~든가

① Langito. ay nag-uugnay pag pumipili ng isa sa mga sugnay na may ibang kalagayan.

② Langito. ay gumagamit ng "~았/었~" para sa 과거시제 pero hindi gumagamit ng "~겠~" para sa 미래시제.

③ Ang "또는" o "아니면" na 부사 ay puwedeng gamitin upang bigyang-diin ang kahulugan ng pagpili.

④ Ang "~든" ay 준말 ng "~든지" at "~든가".

- 저는 방학 중에 바다에 가거나/가든지/가든가 (또는/아니면) 산에 갑니다.
  Ako po ay pumupunta sa dagat o bundok habang bakasyon.

- 밥을 먹든가 (또는/아니면) 빵을 먹든가 결정하자.
  Magpasiya tayong kumain ng kanin o tinapay.

- 배구를 하거나 농구를 하거나 축구를 하거나 어느 것이 좋으냐?
  Alin ang mabuti sa paglalaro ng balibol o basketbol o putbol?

- 집에 돌아가든가/돌아가든 말든가/말든 그것은 네 자유다.
  Iyan ang kalayaan mong umuwi sa bahay o hindi.

- 밥을 먹든지/먹든 빵을 먹든지/먹든 아무거나 먹어라.
  Bahala ka anuman kainin mo kanin o tinapay.

- 미국에 가든가/가든 일본에 가든가/가든 마음대로 해라.
  Bahala kang pumunta sa Amerika o Hapon.

- 값이 비싸거나 싸거나 신경 안 쓴다.
  Mahal o mura, ayos lang.

- 키가 크든 작든 상관없다.
  Matangkad o pandak, ayos lang.

(6) Paraan: ~(아/어)서, ~고

① Pangito. ay nag-uugnay pag ang unang sugnay nagpapahayag ng paraan.

② Pangito. ay hindi gumagamit ng 선어말어미 para sa panahunan.

③ Dapat pareho ang simuno ng bawat sugnay.

④ Pangito. ay bumabagay sa 동사 lang.

- 우리는 배를 타고 제주도에 갔다.
  Tayo ay pumunta sa Jejudo sakay sa barko.

- 나는 물안경을 쓰고 수영을 했다.
  Lumangoy ako nakasalaming panlangoy.

- 비행기를 타고 제주도에 갑시다.
  Pumunta po tayo sa Jejudo sakay sa eruplano.

- 그는 열심히 일해서 부자가 되었다.
  Yumaman siya sa pamamagitan ng pagtatrabaho nang masipag.

- 당신은 무엇을 해서 부자가 되었습니까?
  Ano ang nagpayaman sa inyo?

- 어떻게 돼지고기를 요리해서 먹을까?
  Paano natin lulutuin ang karneng-baboy at kakainin?

- 그들은 배를 타지 않고 비행기를 타고 제주도에 갔다.
  Pumunta sila sa Jejudo, hindi sakay sa barko kundi sakay sa eruplano.

(7) Kalagayan sa kadahilanan: ~ㄴ데/~는데/~은데, ~(으)니

① Pangito. ay nag-uugnay pag muna nagpapahayag ng kalagayan sa
kadahilanan ang unang sugnay para sa paliwanag, tanong o mungkahi
ng sumusunod na sugnay.

② Ang "~는데/(으)ㄴ데" ay gumagamit ng "~았/었~" para sa 과거시제. pero ang
"~겠~" ay hindi para sa 미래시제. Pag gamitin ang "~겠~", hindi para sa
미래시제 kundi yung oras nasa sitwasyon ng kumakausap.

- 어젯밤 배가 고파 죽겠는데(← 죽다/mamatay) 먹을 것이 없었다.
  Gutom na gutom ako kagabi, pero wala akong makain.

- 머리가 아파 미치겠는데(← 미치다/mabaliw) 집에 두통약이 없다.
  Mabaliw na ako dahil sa sakit ng ulo, pero walang tableta sa ulo sa
  bahay.

③ "~(으)니" ay gumagamit ng "~(았)더니/(었)더니" para sa 과거시제 pero hindi
"~겠~" para sa 미래시제.

④ Ang "~(으)니" ay hindi bumabagay sa 청유문, 명령문 at 부정문.

- 시장에 가는데 무엇을 살까요?

  Pupunta po ako sa palengke, ano ang bibilhin?

- 시간도 많은데/많으니 천천히 하세요.

  Maraming oras kaya gumawa kayo nang dahan-dahan.

- 그는 저의 친구인데 함께 일합니다.

  Siya po ay kaibigan ko kasamang nagtatrabaho.

- 지난주에 친구 집을 방문했는데/방문했더니 집에 없었다.

  Dumalaw sa bahay ng kaibigan noong isang linggo, pero wala siya.

- 현복이는 거기에 안 갔는데 너는 갔었느냐?

  Si Hyeonbok ay hindi pumaroon, pero ikaw ba pumaroon?

- 약을 먹었더니 감기가 치료되었다.

  Dahil ininom ko ang gamot, gumaling ang aking sipon.

- 아침에 깨어났더니 이미 10시였다.

  Paggising sa umaga ay alas diyes na.

- 너는 올해 서른 살이니/살인데 결혼할 나이다.

  Dahil ikaw ay 30 taong gulang na, kaya nasa edad na para sa kasal.

23

Mga kapaki-pakinabang na Pagpapahayag I
(유용한 표현들 I)

1 **(용언)~ㄹ 수밖에 없다.: walang ibang paraan kundi ~/dapat ~**

- 돈이 없어서 친구한테 빌릴 수밖에 없었다.

  Walang pera kaya walang ibang paraan kundi nangutang sa kaibigan.

- 지금은 한여름이기 때문에 더울 수밖에 없다.

  Kalagitnaan ng tag-araw ngayon dapat mainit.

- 겨울에는 과일이 비쌀 수밖에 없다.

  Habang taglamig dapat mahal ang prutas.

- 나는 그렇게 할 수밖에 없었다.

  Wala akong ibang paraan kundi ginawa nang ganyan.

2 **(관형사/체언)~ 뿐만 아니라 (체언)~도 ~: hindi lamang ~ ngunit ~ pa**

- 그는 지혜로울 뿐만 아니라 겸손하기도 하다.

  Hindi lamang siya marunong ngunit mapagpakumbaba pa.

- 영희는 예쁠 뿐만 아니라 똑똑하기도 하다.

  Si Yeonghi ay hindi lamang maganda ngunit matalino pa.

- 영식이는 돈뿐만 아니라 차도 있고 집도 있다.

  Si Yeongsik ay hindi lamang may pera ngunit kotse at bahay pa.

- 나는 필리핀뿐만 아니라 베트남에도 자주 간다.

  Madalas akong pumupunta hindi lamang Pilipinas kundi Vietnam pa.

- 골프를 하려면 돈뿐만 아니라 시간도 많이 필요하다.

  Ang golf ay nangangailangan hindi lamang pera ngunit oras pa nang marami.

* Kapag ang "뿐" ay pinagsama sa 관형사, ito ay 의존명사. Ngunit kapag pinagsama sa 체언, ito ay 보조사 na dapat isulat nang walang agwat.

3 (용언/서술격조사)~아/어 봤자(← 보았자 ← 보다): walang kasaysayan /kahit na ~

- 지금 역에 가 봤자/보았자 기차는 이미 떠났다.
  Walang kasaysayang pumunta sa istasyon dahil umalis na ang tren.

- 기차가 빨라 봤자/보았자 비행기보다 느리다.
  Kahit na mabilis ang tren, mas mabagal kaysa sa eruplano.

- 쏟아진 우유에 울어 봤자 소용없다.
  Walang kasaysayang umiyak sa gatas na binuhos.

- 밤새워 기다려 봤자 네 친구는 안 온다.
  Walang kasaysayang maghintay nang magdamag dahil hindi darating ang kaibigan mo.

- 내가 회사사장이어 봤자 직원은 겨우 두 명이다.
  Kahit na ako ay presidente ng kumpanya, dalawang kawani lang.

4 (체언)~도 (체언)~도 아니다./없다.: wala ~ o ~/hindi ~ o ~

- 그는 건강도 재산도 없다.
  Wala siyang kalusugan o ari-arian.

- 나는 골프를 칠 시간도 돈도 없다.
  Wala akong oras o pera para maglaro ng golf.

- 너도 나도 잘못이 없다.
  Wala kang kasalanan o ako.

- 철수도 영수도 아직 도착하지 않았다.
  Hindi pa dumating si Cheolsu o si Yeongsu.

- 저 여자는 영희도 순희도 아니다.
  Ang babaeng iyon ay hindi si Yeonghi o si Sunhi.

5 **(용언)~기보다(는): mas ~ kaysa sa ~/sa halip ~**

- 나는 공부하기보다(는)/공부보다는 운동하기를/운동을 더 좋아한다.

  Mas gusto kong mag-ehersisyo kaysa sa pag-aaral.

- 식당에서 먹기보다(는) 집에서 먹는 것이 더 좋아요.

  Mas mainam na po kumain sa bahay kaysa kumain sa restawran.

- 전화로 얘기하기보다(는) 직접 만나서 얘기하자.

  Sa halip na makipag-usap sa telepono, mag-usap tayo nang personal.

- 티브이 뉴스를 보기보다(는) 신문을 읽는 것이 더 좋다.

  Ang pagbabasa ng diyaryo ay mas mabuti kaysa sa panonood ng balita sa TV.

- 철수는 영리하기보다(는) 열심히 공부하는 학생이다.

  Si Chulsoo ay isang estudyanteng nag-aaral nang mabuti kaysa matalino.

- 나는 예쁘기보다(는) 현명한 여자가 좋다.

  Mas gusto ko ang matalinong babae kaysa sa magandang babae.

* Ang "~기보다는" ay nagpapahiwatig ng mas matatag na intensyon ng kumakausap kaysa sa "~기보다".

6 **(용언)~기만 하다: tuloy-tuloy o makulit sa isang ugali, isang kondisyon o isang sitwasyon**

- 아기가 계속해서 울기만 한다.

  Ang sanggol ay patuloy na umiiyak.

- 어제는 피곤해서 하루 종일 자기만 했다.

  Kahapon ay patuloy na natulog buong araw dahil pagod.

- 그 사람은 게으르기만 해서 싫다.

  Ayaw ko siya dahil lagi siyang tamad.

- 부지런하기만 하면 굶지는 않는다.

  Kung masipag lamang, hindi nagugutom.

- 저는 너무 배가 고파서 계속 먹기만 했습니다.

  Patuloy na po akong kumain dahil sobrang gutom.

7 **(용언/서술격조사)~거든(요).: kasi (po) ~, e.**

- A: 왜 늦었어?

   Bakit ka nahuli?

  B: 비가 너무 많이 왔거든.

   Umulan kasi nang malakas, e.

- A: 왜 뚱뚱해졌어요?

   Bakit kayo tumaba?

  B: 매일 맥주를 많이 마셨거든.

   Kasi uminom ng maraming serbesa araw-araw, e.

- A: 테니스를 정말 잘 하시는군요!

   Totoong magaling kayong magtenis!

  B: 학생이었을 때 테니스선수였거든요.

   Kasi po noong estudyante, manlalaro ng tenis ako, e.

- A: 피곤해 보여요.

   Mukha kayong pagod.

  B: 어젯밤 밤새도록 일했거든요.

   Kasi po nagtrabaho ako magdamag kagabi, e.

- A: 왜 이 식당에서 자주 식사하세요.

   Bakit kayo kumain nang madalas sa restawrang ito?

  B: 음식이 싸고 맛있거든.

   Kasi mura at masarap ang pagkain, e.

- A: 통화 가능합니까?

   Maaari po ba kitang tawagan?

  B: 죄송합니다. 지금 회의 중이거든요.

   Pasensya na kayo. Kasi nasa miting, e.

8 **(체언)~는/은 물론이고 (체언)~도/까지: siyempre, at saka / pati na rin /hindi lamang ~ ngunit ~ pa**

- 식사는 물론이고 맥주도/맥주까지 내가 사겠다.

  Bibili ako ng pagkain siyempre, at saka ng serbesa.

- 어제는 너무 바빠서 점심은 물론이고 저녁도/저녁까지 못 먹었다.

  Kahapon ay sobrang abala kaya hindi kumain ng tanghalian siyempre, at saka ng hapunan.

- 우리 회사는 세 끼 식사는 물론이고 숙소도/숙소까지 제공한다.

  Nag-aalok ang aming kumpanya ng tatlong beses ng pagkain pati na rin tirahan.

- 나는 너에게 음식은 물론이고 용돈도/용돈까지 주겠다.

  Bibigyan kita ng pagkain pati na rin ang baong pera.

9 **(체언)~만 (용언)~(으)면 그만이다.: Basta ~, lubos na/sapat na.**

- 부부 사이는 서로 사랑하는 마음만 있으면 그만이다.

  Sapat na ang relasyon ng mag-asawa basta may pusong mapagmahal.

- 아이는 건강만 좋으면 그만이에요.

  Basta maganda po ang kalusugan ng anak, lubos na.

- 학생은 공부만 잘 하면 그만이지/그만이야.

  Basta mabuti sa pag-aaral lang ang estudyante, lubos na.

  * "그만이지.", at "그만이야." ipahayag na ang personal na damdamin ng kumakausap ay mas matatag kaysa sa "그만이다."

- 인생은 마음만 편하면 그만입니다.

  Basta maginhawa po ang pag-isip sa buhay lang, sapat na.

- 우리 회사는 영어만 잘 하면 그만이지요./그만이죠.

  Basta magaling sa Ingles lang sa ating kumpanya, lubos na po.

* "그만이지요." ay ang kolokyal na 존댓말 ng "그만이지." Sa halip ng "~이지요.", "~이죠." ay madalas ding ginagamit bilang 준말.

10 **(용언/서술격조사)~잖아(요).: Alam/Kasi (po) ~, e.**

- A: 어디 가세요?

  Saan kayo pumupunta?

  B: 산책하러 가요. 날씨가 좋잖아요.

  Namamasyal po ako. Kasi maganda ang panahon, e.

- 맥주 한 잔 하자. 여름에는 차가운 맥주가 최고잖아.

  Uminom tayo ng isang baso ng serbesa. Kasi ang malamig na serbesa ay pinakamahusay sa tag-araw, e.

- 왜 늦었어? 한 시부터 회의가 시작하잖아.

  Bakit ka nahuli? Alam mo na nagsisimula ang miting nang ala-una, e.

- 너무 야단치지 마세요. 영수는 아직 초등학생이잖아요.

  Huwag kayong masyadong magalit. Alam ninyong nasa elementarya pa si Yeongsu, e.

11 **(용언/서술격조사)~ㄹ(을) 텐데, ~: siguro/yata/sa akala ko ~, kaya ~**

- 배가 고플 텐데, 우선 식사부터 하세요.

  Siguro nagugutom kayo, kaya kumain kayo muna.

- 내일은 더울 텐데, 바다에 수영하러 가자.

  Mainit yata bukas, kaya lumangoy tayo sa dagat.

- 그는 어제 서울에 갔을 텐데, 전화해 보자.

  Sa akala ko ay pumunta siya sa Seoul kahapon, kaya tumawag tayo sa kanya.

- 아직 학생일 텐데, 공부 열심히 해라.

  Sa akala ko estudyante ka pa, kaya mag-aral ka nang mabuti.

12 **(용언/서술격조사)~기는(요)!: Hindi nga (po)!/Hindi (po) ganyan ~, e.**

- A: 정말 부지런하시군요!

  Totoo kayong masipag!

  B: 부지런하기는요. 오늘 아침은 9시에 일어났어요.

  Hindi nga po! Ako ay bumangon nang alas nuwebe ng umaga ngayon.

- A: 요리를 참 잘 하는구나!

  Totoong magaling kang magluto!

  B: 잘 하기는! 그냥 요리책을 따라하고 있어.

  Hindi nga! Sinusundan ko ang libro ng pagluluto lang.

- A: 아드님이 참 잘 생겼습니다.

  Totoong guwapo ang anak na lalaki ninyo.

  B: 잘 생기기는요. 잘 봐 주셔서 감사합니다.

  Hindi po ganyang guwapo, e. Salamat sa inyong magandang saloobin.

- A: 부자여서 좋겠군요.

  Mabuti po dahil mayaman kayo.

  B: 부자기는요. 집 한 채밖에 없어요.

  Hindi po ganyang mayaman, e. Isang bahay lang sa akin.

13 **(동사)~아야지(요)./~어야지(요).: kailangan/dapat (po) ~**

- A: 늦어서 미안해.

  Pasensya ka na dahil nahuli.

  B: 늦지 않으려면 더 일찍 출발했어야지.

  Para hindi mahuli dapat kang umalis nang mas maaga.

- A: 담배를 정말 많이 피우시는군요!

  Kaydami kayong nagsisigarilyo!

  B: 담배 피워서 미안합니다. 줄여야지요./줄여야죠.

  Pasensya na kayo dahil sa pagsisigarilyo. Kailangan kong bawasan.

- A: 엄마, 커피를 마셔서 잠이 안 와요.

  Dahil uminom ng kape, hindi ako nakakatulog, nanay.

  B: 그러면 자기 전에 커피를 마시지 말았어야지.

  Kung gayon, dapat hindi ka uminom ng kape bago matulog.

- A: 요즈음 몸이 약해진 것 같애.

  Sa mga araw na ito napapansin kong naging mahina ang katawan.

  B: 건강해지려면 매일 운동을 해야지.

  Para maging malusog, kailangang mag-ehersisyo araw-araw.

14 (동사)~곤 하다: paminsan-minsan

- 저는 기분이 우울하면 이 공원에서 산책하곤 합니다.
  Paminsan-minsan po naglalakad ako sa parke na ito pag nalulumbay.

- 이 식당에서 가족과 함께 식사를 하곤 한다.
  Paminsan-minsan akong kumakain kasama ang pamilya sa restawran na ito.

- 독일에서 살 때, 라인강을 따라 자전거를 타곤 했다.
  Paminsan-minsan akong nagbisikleta sa kahabaan ng ilog Rhine, noong nakatira sa Alemanya.

- 나는 퇴근할 때, 이 가게에서 과일을 사곤 했다.
  Paminsan-minsan akong bumibili ng prutas sa tindahan na ito nang umuwi ako mula sa trabaho.

15 (동사)~ㄹ 걸 그랬다.: nanghihinayang hindi ~/nangailangang ~/dapat ~

- 이 집은 너무 작아요. 더 큰 집을 살 걸 그랬어요.
  Sobrang maliit ang bahay na ito. Nanghihinayang po hindi bumili ng mas malaking bahay noon.

- 버스는 너무 느립니다. 지하철을 탈 걸 그랬습니다.
  Masyadong mabagal po ang bus. Nangailangang sumakay sa subway, sir.

- 불고기보다 생선회를 먹을 걸 그랬다./그랬어.
  Dapat ay kumain kami ng raw fish kaysa bulgogi.

- 아이고, 버스는 벌써 떠났구나! 더 빨리 올 걸 그랬다./그랬어.
  Ay naku! Umalis na ang bus. Dapat dumating tayo mas maaga.

16 (용언/서술격조사)~ㄹ 테니까: Dahil ~

- 지금 갈 테니까, 기다리세요.
  Dahil pupunta ako ngayaon, hintay kayo.

- 오후에 비가 올 테니까, 우산을 가지고 가거라.
  Dahil uulan mamayang hapon, dalhin mo ang payong.

- 어제 일 하느라고 힘들었을 테니까, 오늘은 쉬어라.
  Dahil mahirap kahapon sa trabaho, magpahinga kayo ngayon.

- 그때는 아이였을 테니까, 너는 정치에 대해서 몰랐겠지.
  Dahil bata pa noon po, sa akala kong hindi mo alam tungkol sa pulitika.

- 과일을 보낼 테니까 맛있게 드세요.
  Dahil ako po ay magpapadala ng prutas, kumain kayo nang masarap.

17 (용언/서술격조사)~지만/~기는 하지만: Umaayon/Sang-ayon/Kahit ~, pero ~

- 한국산 제품이 다소 비싸지만/비싸기는 하지만 품질이 매우 좋다.
  Umaayon na medyo mahal ang mga produktong Koreano ngunit
  napakabuti ang kalidad.

- 이 신발은 싸지만/싸기는 하지만 쉽게 떨어진다.
  Umaayon na ang sapatos na ito ay mura pero madaling masira.

- 방이 컸지만/크기는 했지만 깨끗하지 않아서 싫었다.
  Sang-ayon na malaki ang kuwarto pero inayawan ko dahil hindi malinis.

- 맥주를 마시지만/마시기는 하지만 좋아하지 않는다.
  Sang-ayon na umiinom ng serbesa pero hindi ko gusto.

• 저는 한국인이지만/한국인이기는 하지만 매운 음식을 잘 못 먹어요.

Kahit na Koreano po ako pero hindi makakain ng pagkaing maanghang nang mahusay.

18 **(체언)~에 해당되다/ ~와(~과) 같다: tumugma sa ~/katumbas ng ~/maangkop sa ~**

• 머리를 끄떡이는 것은 "예"에 해당된다./"예"와 같다.

Ang pagtango ng ulo ay katumbas ng "oo".

• "근면"에 해당되는/"근면"과 같은 영어단어는 무엇이냐?

Ano ang salitang Ingles na katumbas ng "근면(sipag)"?

• 한국어는 전치사에 해당되는/전치사와 같은 품사가 없다.

Ang wikang Koreano ay walang bahagi ng pananalita na tumutugma sa pang-ukol.

• 이 규정은 너의 경우에 해당되지 않는다.

Ang panuntunang ito ay hindi naaangkop sa iyong kaso.

24

Mga kapaki-pakinabang na Pagpapahayag II
(유용한 표현들 II)

1 **(동사)~ㄹ 만하다.: nararapat/maaari**

- 한국음식은 맵지만 먹을 만하다.

  Ang pagkain ng Korea ay maanghang ngunit maaaring kainin.

- 그의 행위는 칭찬받을 만합니다.

  Ang kanyang pagkilos po ay nararapat na purihin.

- 그는 믿을 만한 사람이다.

  Siya ay isang maaasahang tao.

- 제주도는 경치가 아름다워서 여행할 만하다.

  Ang Jejudo ay nararapat na maglakbay dahil maganda ang tanawin.

- 이 책은 읽을 만하다.

  Ang librong ito ay nararapat na basahin.

* Ang "만" ng "만하다" ay 의존명사.

2 **(동사)~을 정도 ~: para bagang ~**

- 나는 영희와 어깨가 닿을 정도로 가깝게 걸었다.

  Lumakad akong kasama si Yeonghi nang malapit para bagang dumampi

  ang balikat ko sa balikat niya.

- 때려 주고 싶을 정도로 승기가 밉다.

  Kapoot-poot ko si Seunggi para bagang bugbugin siya .

- 나는 아이스크림을 매우 좋아해서 매일 먹을 정도이다.

  Mahilig ako sa ice cream para bagang araw-araw ko itong kinakain.

- 우리 가족은 노래하기를 아주 좋아해서 집에 노래방기계가 있을 정도이다.

  Mahilig kumanta ang pamilya ko para bagang magkaroon ng karaoke sa

  bahay.

3　(~면) (용언/서술격조사)~을(ㄹ)수록 더 ~: Mas ~ mas~

- 벼는 (익으면) 익을수록 고개를 더 숙인다.
  Ang mas hinog na palay ay mas mababa yumukod.

- 사람은 (배우면) 배울수록 더 겸손하다.
  Ang mas natututong tao ay mas mapagpakumbaba.

- 김치는 (익으면) 익을수록 더 맛있다.
  Ang mas nangangasim na kimchi ay mas masarap.

- 너를 보면 볼수록 더 보고 싶다.
  Kung mas nakikita kita, mas gusto kitang makita.

- (부자이면) 부자일수록 더 절약한다.
  Ang taong mas mayaman ay mas matipid.

4　(동사)~았/었다 하면 항상 ~: Kapag ~ lagi ~

- BTS가 공연을 했다 하면 공연장은 항상 만원이다.
  Kapag nagpalabas ang BTS sa publiko, laging puno ang benyu.

- 저는 무엇이든지 시작했다 하면 항상 끝을 냅니다.
  Kapag nagsimula po ako ng anuman, laging nagtatapos.

- 나는 필리핀에 갔다 하면 항상 반년씩 머무른다.
  Kapag pumunta ako sa Pilipinas, laging nananatili ng kalahating taon.

- 정수는 친구와 통화를 했다 하면 항상 한 시간이다.
  Kapag tumawag si Jeongsu sa kaibigan, laging nakikipag-usap isang oras.

5　(동사)~(으)려던 참에: sa sandaling ~ (☞의존명사, Seksyon 14)

- (막) 떠나려던 참에 소나기가 왔다.
  Sa sandaling (ito) aalis na ako ay umulan nang malakas.

- 여행을 가려던 참에 할아버지가 돌아가셔서 여행을 취소했다.
  Namatay ang lolo sa sandaling maglalakbay ako, kaya kinansela ang biyahe.

- 시장에 (막) 가려던 참에 친구가 왔다.
  Dumating ang kaibigan sa sandaling (ito) pupunta ako sa palengke.

- 밥을 (막) 먹으려던 참에 엄마가 방에서 나를 불렀다.
  Tinawagan ako ni Nanay mula sa kuwarto sa sandaling (ito) kakain na ako.

* Ang "막" ay 부사 na nagbibigay-diin bilang 'sa sandaling ito'.

6　(동사)~다가는: kung patuloy ~

- 그렇게 게으르게 공부하다가는 시험에 떨어지겠다.
  Kung nagpapatuloy ka sa pag-aaral nang ganyang katamad, baka bumagsak ka sa eksamen.

- 그렇게 담배를 많이 피우다가는 폐암에 걸린다.
  Kung patuloy kang naninigarilyo nang ganyang labis, magdudusa ka sa kanser sa baga.

- 우산 없이 비를 맞다가는 감기에 걸린다.
  Kung patuloy kang inuulan na walang payong, siguro sisipunin ka.

- 매일 그렇게 많이 먹다가는 뚱보가 될 것이다.
  Kung patuloy kang kumakain nang ganyang marami araw-araw, tataba ka.

- 이렇게 계속 혼자 살다가는 우울증에 걸릴 것 같아요.
  Kung patuloy ako pong namumuhay nang ganitong nag-iisa, baka magdusa sa depresyon sa utak.

7 **(용언/서술격조사)~ㄹ지도 모른다.: baka ~/hindi sigurado ~**

• 공부를 열심히 안 해서 시험에 떨어질지도 몰라요./모르죠.
  Baka bumagsak po ako sa eksamen, hindi kasi ako nag-aral ng mabuti.

• 나는 내일 학교에 못 갈지도 몰라./모르지.
  Hindi ako sigurado na hindi ako makakapasok sa paaralan bukas.

• 이 아이는 대통령이 될지도 모른다.
  Hindi kami sigurado na ang batang ito ay magiging Pangulo.

• 그 남자는 아직 총각일지도 모른다.
  Baka bachelor pa ang lalaki.

• 지하철이 택시보다 느릴지도 몰라요./모르죠.
  Hindi po sigurado ang subway ay mas mabagal kaysa sa taksi.

8 **(용언/서술격조사)~ㄴ/ㄹ 것/거 같다.: Baka ~/Mukhang ~/Parang ~ /Sa akala ko ~**

* Pagpapahayag para sa pagpapalagay o hindi tiyak na konklusyon
* Ang kahulugan ng "것/거" ay "bagay, katotohanan, phenomenon, pangyayari, atbp.
  bilang 의존명사. Ang "거" ay kolokyal at ang "것" ay pampanitikan.

• 내일 비가 올 것/거 같습니다.
  Mukhang uulan bukas, Ginoo.

• 어젯밤에 비가 온 것/거 같다.
  Parang umulan kagabi.

• 그는 지금 공원에서 산책을 하고 있는 것/거 같아요.
  Sa palagay ko po ay naglalakad na siya sa parke ngayon.

• 지하철을 탔으면 더 빨리 도착했을 것 같다.
  Baka dumating ako nang mas maaga kung sumakay sa subway.

• 영희는 자라면 예쁠 것 같다.
  Sa akala ko magiging maganda si Yeonghi paglaki niya.

• 엄마, 저 사람은 한국 사람인 거 같아요.(→ 사람 같아요.)

Nay, Koreano yata ang taong iyon.

• 그 사람은 간첩인 거 같아서(→ 간첩 같아서) 경찰에 신고했어요.

Mukha po siyang isang espiya kaya ipinagbigay-alam sa pulisya.

* Ang paggamit bilang pang-uring pampanaguri at 관형사 ng "같다"
  - 그는 간첩 같다.: Mukha siyang espiya.

    간첩 같은 사람: taong mukhang espiya
  - 그 이야기는 거짓말 같다.: Parang kasinungalingan ang kwento.

    거짓말 같은 이야기: kwentong parang kasinungalingan
  - 그는 실업자 같다.: Mukha siyang walang trabaho.

    실업자 같은 사람: taong mukhang walang trabaho

9   (용언/서술격조사)~면서(요)?: Narinig/Alam ko (po) ~, di ba?

• 어제 필리핀에서 돌아왔다면서요?

Alam kong bumalik kayo galing sa Pilipinas kahapon, di ba?

• 어제 영희랑 영화 봤다면서?

Narinig kong nanood ka ng sine kasama si Yeonghi kahapon, di ba?

• 일본으로 여행할거라면서요?

Narinig kong maglalakbay kayo sa Hapon, di ba?

• 영희는 아주 착하다면서?

Alam kong sobrang mabait si Yeonghi, di ba?

• 영희는 아직 학생이라면서요?

Alam ko pong estudyante pa si Yeonghi, di ba?

10   (용언/서술격조사)~더라.(~더라고요.): Nalaman/Napansin/Natanto ko (po) ~

• 영희는 집에서 공부를 하고 있더라고요

Nalaman ko pong nag-aaral si Yeonghi sa bahay.

• 공원에 사람들이 많더라.

Napansin kong maraming tao sa park.

- 집에 아무도 없더라고요.

  Napansin ko pong walang tao sa bahay.

- 아기가 초콜릿을 맛있게 먹더라.

  Napansin kong masarap kumain ng chocolate ang baby.

- 순희는 아직 초등학생이더라.

  Napansin kong nasa elementarya pa lang si Sunhi.

- 시험이 매우 어렵더라.

  Natanto kong napakahirap ng eksamen.

11 **(용언)~ㄴ(은) 대신 ~/(체언) 대신: sa halip ~**

- 밥을 먹는 대신 빵을 먹겠다.

  Kakain ako ng tinapay sa halip ng kanin.

- 품질이 좋은 대신 가격이 비싸다.

  Mataas ang presyo sa halip na maganda ang kalidad.

- 오늘은 동생 대신 내가 방을 청소한다.

  Ngayon nililinis ko ang kuwarto sa halip ng nakababatang kapatid.

- 내일은 내 대신 동생이 방을 청소할 것이다.

  Bukas ay lilinisin ng nakababatang kapatid ang kuwarto sa halip ko.

12 **(체언)~ㄴ 고사하고/~ㄴ커녕 (체언)~도/~조차 없다./아니다. : bukod sa wala(hindi) ~, ni wala(hindi) ~**

- 저축은 고사하고/저축은커녕 쌀 살 돈도/돈조차 없다.

  Bukod sa walang pag-iimpok, ni walang pera upang bumili ng bigas.

- 예쁘기는 고사하고/예쁘기는커녕 성격조차 나쁘다.

  Bukod sa hindi maganda, ni hindi mabait ang pagkatao.

- 해외여행은 고사하고/해외여행은커녕 제주도조차 가지 못한다.

  Bukod sa hindi makalakbay sa ibang bansa, ni hindi ako makapunta sa Jejudo.

- 아파트는 고사하고/아파트는커녕 허름한 집조차 없습니다.
  Bukod sa walang apartmento po, ni walang maliit na kubo.

- 오토바이는 고사하고/오토바이는커녕 자전거조차 없다.
  Bukod sa walang motorsiklo, ni walang bisikleta.

13 (동사)~기 십상이다.: sobrang maaari ~/madali ~

- 밤늦게 식사를 하면 살이 찌기 십상이다.
  Kung kumain nang huli sa gabi ay sobrang maaaring tumaba.

- 말을 안 하면 오해받기 십상입니다.
  Kung hindi kayo magsalita, sobrang maaaring hindi maintindihan.

- 일하다가 졸면 다치기 십상이지요./십상이죠.
  Sobrang madaling masaktan kung idlip kayo sa trabaho.

- 교통신호를 안 지키면 사고가 나기 십상이다.
  Kung hindi sumunod sa ilaw ng trapiko, sobrang maaaring maaksidente.

- 혼자 멋대로 하면 문제가 발생하기 십상이다.
  Kung mag-isang gagawin ng tao ayon sa gusto niya, madali itong
  magdulot ng mga problema.

14 (용언/서술격조사)~ㄴ데도 불구하고/(체언)~에도 불구하고 : kahit na ~/sa kabila ng ~

- 영희는 예쁜데도 불구하고 남자친구가 없다.
  Kahit na maganda si Yeonghi ay walang kasintahan.

- 저는 열심히 공부하는데도 불구하고 시험성적이 나빠요.
  Kahit na masipag po akong nag-aaral, ang aking marka sa iksamen ay
  masama.

- 부모님의 반대에도 불구하고 영희와 결혼했다.
  Sa kabila ng pagtutol ng mga magulang, pinakasalan ko si Yeonghi.

- 오랜 다이어트에도 불구하고 살이 빠지지 않는다.

Hindi ako pumapayat sa kabila ng matagal na pagdidiyeta.

• 영수는 게으른데도 불구하고 시험결과가 좋다.
Kahit na tamad si Yeongsu, mabuti ang resulta ng iksamen.

15 **(체언)~을 막론하고: (para) sa lahat ~/anuman ~**

• 제주도는 남녀노소를 막론하고 여행하기 좋은 곳이다.
Ang Jejudo ay isang magandang lugar upang maglakbay para sa lahat ng taong anuman ang edad o kasarian.

• 이번 사고는 이유를 막론하고 조사해야 합니다.
Ang insidente na ito po ay dapat na imbestigahan sa anumang dahilan.

• 그 영화배우는 나이를 막론하고 모든 사람이 좋아한다.
Ang bituin ng pelikula ay minamahal ng lahat ng tao anuman ang edad.

16 **(체언)~을 무릅쓰고: kahit nalagay sa ~/sa kabila ng ~**

• 소방관들은 위험을 무릅쓰고 불을 끈다.
Ang mga bombero ay nagpapatay ng apoy kahit nalagay sila sa panganib.

• 군인은 죽음의 위험을 무릅쓰고 적과 싸운다.
Ang sundalo ay nakikipaglaban sa kaaway kahit nalagay sa peligro ang kanyang buhay.

• 나는 추위를 무릅쓰고 한라산에 올라갔다.
Umakyat ako sa Bundok ng Halla sa kabila ng kalamigan.

17 **(동사)~ㄹ 여지가 있다./없다.: may pagkakataon ~/walang pagkakataon ~**

• 우리 회사는 아직 개선할 여지가 있다.
Mayroon pang pagkakataon para sa pagpapabuti sa aming kumpanya.

• 이 사건에 대해서는 의심할 여지가 있다.

May pagkakataon para sa pag-aalinlangan tungkol sa pangyayaring ito.

- 이 문제에 대해서 더 이상 논쟁할 여지가 없습니다.

Wala na pong pagkakataong magtalo tungkol sa suliraning ito.

- 제 실수이기 때문에 변명할 여지가 없습니다.

Wala pong pagkakataong magdahilan ako dahil sa aking pagkakamali.

- 나는 그들의 토론에 참가할 여지가 없었다.

Walang pagkakataong makasali ako sa kanilang talakayan.

18 **(용언)~도록 (동사)~(하)다**

(1) **hanggang**

- 그는 항상 밤 늦도록(← 늦다) 공부한다.

Lagi siyang nag-aaral hanggang gabi.

- 나는 그녀를 죽도록(← 죽다) 사랑했다.

Minahal ko siya hanggang kamatayan.

- 나의 할아버지는 백 살이 되도록(← 되다) 사셨다(사시다 ← 살다).

Ang aking lolo ay nabuhay hanggang isang daang taong gulang.

- 너무 재미있어서 눈물이 나도록(← 나다) 웃었다.

Sobrang nakatutuwa kaya tumawa ako hanggang sa tulo ng luha.

(2) **upang, para**

- 그런 일이 없도록(← 없다) 조심해라.

Mag-ingat ka upang hindi mangyari ang ganoong bagay.

- 부모는 아이들이 건강하게 자라도록(← 자라다) 보살핀다.

Inaalagaan ng mga magulang ang kanilang mga anak upang sila ay lumaki nang malusog.

- 기차 시간에 늦지 않도록(← 않다) 일찍 일어났다.

Maaga akong bumangon para makarating sa oras ng tren.

Apendiks

Mga Katawagang Pambalarila
(문법용어)

- 발음: Bigkas
- 읽기: Pagbabasa
- 자음: Katinig
  - 단자음: Tanging katinig
  - 쌍자음: Kambal na katinig
  - 받침자음: Panghuling katinig
  - 겹받침: Panghuling dobleng katinig
  - 평음: Karaniwang tunog
  - 경음: Makapal na tunog
  - 격음: Paos na tunog
- 모음: Patinig
  - 단모음: Tanging patinig
  - 이중모음: Dobleng patinig
  - 중간모음: Panggitnang patinig
- Mga tunog galing sa bawa't bahagi ng bibig
  - 아음: Tunog galing sa bagang
  - 설음: Tunog galing sa dila
  - 순음: Tunog galing sa mga labi
  - 치음: Tunog galing sa mga ngipin sa unahan
  - 후음: Tunog galing sa lalamunan
- Phonemic na elemento ng isang pantig
  - 초성: Paunang tunog
  - 중성: Panggitnang tunog
  - 종성: Panghuling tunog
- 글자, 문자: letra, titik

- 단어, 낱말: Salita
  - 음절: Pantig
  - 어간: Salitang-tangkay
  - 어근: Salitang-ugat
  - 어미: Salitang-katapusan
    - 선어말어미: Paunang salitang-katapusan
    - 어말어미: Panghuling salitang-katapusan
  - 접사: Panlapi
    - 접두사: Unlapi
    - 접미사: Hulapi
    - 삽입사: Gitlapi
- 주어: Simuno(S)
- 서술어: Panaguri(P)
- 보어: Kaganapan(K)
- 목적어: Layon(L)
- 부사어: Salitang-abay(AS)
- 준말: Salitang-pinaikli
- 본딧말: Salitang-orihinal

- **명사: Pangngalan**
  - 자립명사: Pangngalang sarili
  - 의존명사: Pangngalang di-kumpleto
  - 고유명사: Pangngalang pantangi
  - 보통명사: Pangngalang pambalana
  - 추상명사: Pangngalang abstract
  - 물질명사: Pangngalang materyal
  - 파생명사: Pangngalang pinagsimulan
  - 복합명사: Pangngalang tambalan
  - 동명사: Pangngalang-diwa
  - 형용명사: Pangngalang-uri
  - 단음절명사: Pangngalang solong pantig

- **대명사: Panghalip**
  - 인칭대명사: Panghalip na panao
  - 지시대명사: Panghalip na pamatlig
  - 의문대명사: Panghalip na pananong

- **수사: Pamilang**
  - 기수: Numerong kardinal
  - 서수: Numerong ordinal

- **조사: Postposisyon(PP)**
  - 격조사: PP-pangkaukulan
    - 주격조사: PP-pansimuno
    - 목적격조사: PP-panlayon
    - 보격조사: PP-pangkaganapan
    - 관형격조사: PP-pampaunang-pangngalan
    - 부사격조사: PP-pansalitang-abay
    - 서술격조사: PP-pampanaguri
    - 호격조사: PP-pampanawag
  - 보조사: PP-pantulong

- 동사: Pandiwa
  - 자동사: Pandiwang katawanin
    - 완전자동사: Pandiwang kumpletong katawanin
    - 불완전자동사: Pandiwang di-kumpletong katawanin
  - 타동사: Pandiwang palipat
    - 완전타동사: Pandiwang kumpletong palipat
    - 불완전타동사: Pandiwang di-kumpletong palipat
    - 수여동사: Pandiwang datibo
    - 사역동사: Pandiwang kausatiba
  - 보조동사: Pandiwang pantulong
  - 능동사: Pandiwang pantahasan
  - 피동사: Pandiwang pambalintiyak
  - 규칙동사: Pandiwang regular
  - 불규칙동사: Pandiwang iregular
  - 파생동사: Pandiwang pinagsimulan

- 형용사: Pang-uri
  - 규칙형용사: Pang-uring regular
  - 불규칙형용사: Pang-uring irregular
  - 보조형용사: Pang-uring pantulong
  - 쌍음절형용사: Pang-uring kambal-pantig
  - 파생형용사: Pang-uring pinagsimulan

- 관형사: Paunang-pangngalan
  - 수관형사: Paunang-pangngalang numero
  - 지시관형사: Paunang-pangngalang pamatlig
  - 소유격관형사: Paunang-pangngalang paari
  - 성상관형사: Paunang-pangngalan ng katangian at kalagayan
    - 순수관형사: Purong-paunang pangngalan
    - 동사적 관형사: Paunang-pangngalang-diwa
    - 형용사적 관형사: Paunang-pangngalang-uri

- 부사: Pang-abay
  - 성분부사: Pang-abay bilang elemento ng pangungusap
  - 문장부사: Pang-abay para sa buong pangungusap
  - 파생부사: Pang-abay na pinagsimulan
  - 의문부사: Pang-abay na pananong

- 감탄사: Pandamdam

4 Pagbubukod ng mga 품사 ayon sa tungkulin sa pangungusap

- 체언: Salitang walang-deklinasyon(명사, 대명사, 수사)
- 관계언: Salitang pang-ugnay(조사)
- 용언: Salitang may-deklinasyon(동사, 형용사)
- 수식언: Salitang naglalarawan(관형사, 부사)
- 독립언: Salitang sarili(감탄사)

5 시제: Panahunan

- 현재시제: Panahong pangkasalukuyan
- 과거시제: Panahong pangnakaraan
- 대과거시제: Panahong pangnakaraang perpekto
- 미래시제: Panahong panghinaharap
  - 단순미래: Simpleng hinaharap
  - 의지미래: Kusang hinaharap

- Pagbubukod ng pangungusap
  - 평서문: Pangungusap na paturol
  - 의문문: Pangungusap na pananong
  - 명령문: Pangungusap na pautos
  - 청유문: Pangungusap na mapanghikayat
  - 감탄문: Pangungusap na pandamdam
- 서법: Panagano
  - 직설법: Panaganong paturol
  - 가정법: Panaganong pasakali
  - 명령법: Panaganong pautos
- 태: Tinig
  - 능동태: Tinig na tahasan
  - 피동태: Tinig na pabalintiyak
- 화법: Pagsipi
  - 직접화법: Pagsiping tuwiran
  - 간접화법: Pagsiping di-tuwiran
- Estilo ng pangungusap
  - 구어체: Estilong kolokyal
  - 문어체: Estilong pampanitikan
- Anyo ng pangungusap
  - 단문: Payak na pangungusap
  - 중문: Tambalang pangungusap
  - 복문: Hugnayang pangungusap
    - 주절: Pangunahing sugnay
    - 종속절: Sugnay na pantulong
- Limang pormula ng balangkas ng pangungusap
  - Pormula 1(1 형식): S(주어) + P(서술어)
  - Pormula 2(2 형식): S(주어) + K(보어) +P(서술어)
  - Pormula 3(3 형식): S(주어) + AS(부사어) + P(서술어)
  - Pormula 4(4 형식): S(주어) + L(목적어) + P(서술어)
  - Pormula 5(5 형식): S(주어) + AS(부사어) + L(목적어) + P(서술어)

- 마침표/점: .(Tuldok)
- 쉼표/콤마: ,(Kuwit)
- 따옴표: Mga panipi
  - 큰 따옴표: ” “(Dobleng panipi)
  - 작은 따옴표: ‘ ‘(Solong panipi)
- 느낌표: !(Tandang pandamdam)
- 물음표: ?(Tandang pananong)
- 괄호: ( )(Panaklong)
- 연자부호: –(Gitling)
- 콜론: :(Tutuldok)
- 세미콜론: ;(Tuldok-kuwit)
- 사선: /(Laslas)

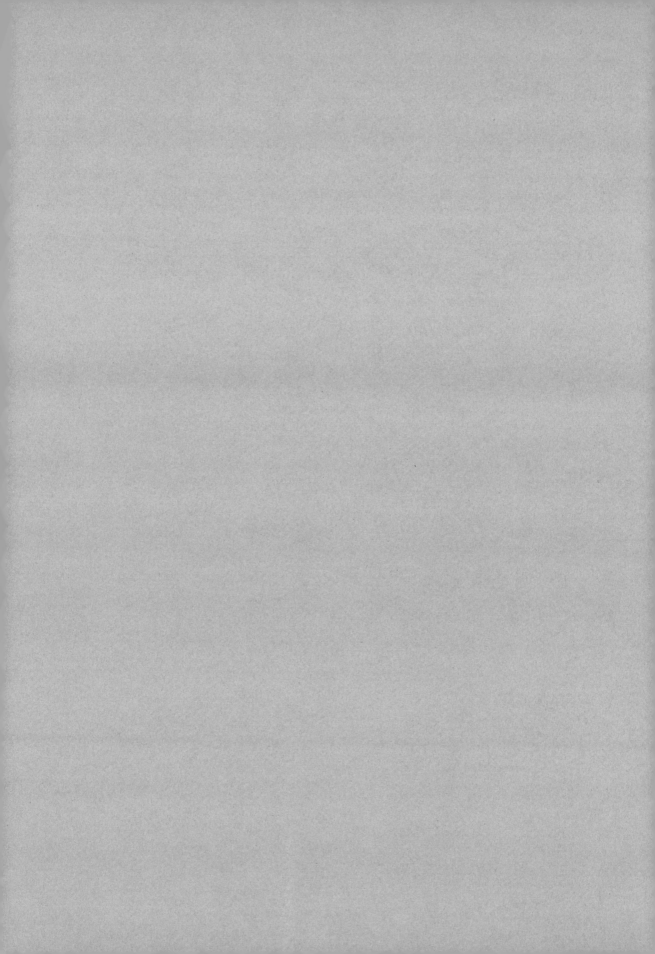

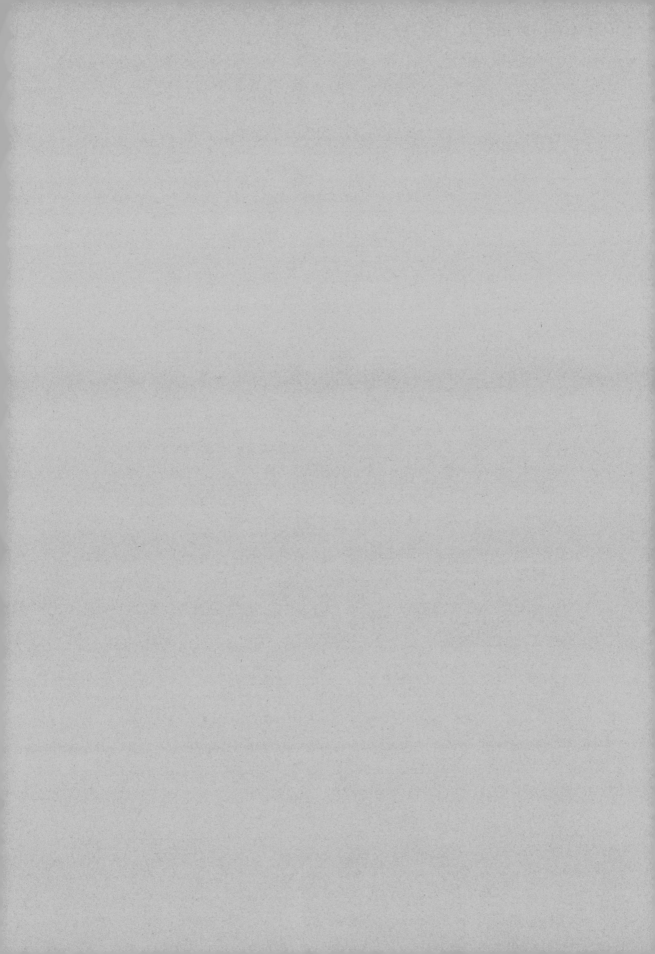

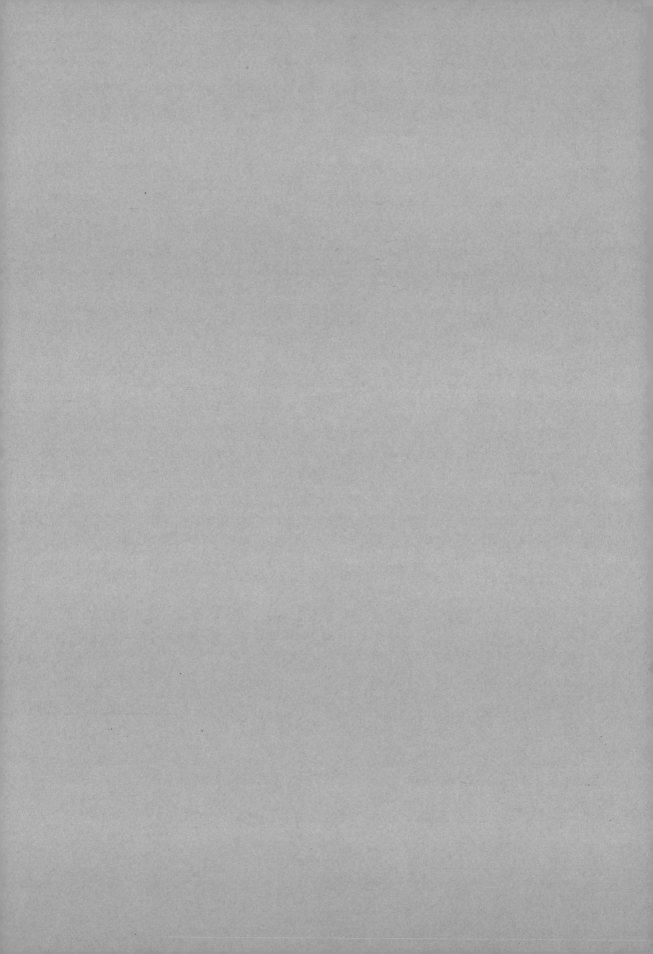